CÁC ĐẠO LỘ

CỦA

TRI KIẾN THANH TỊNH

Lịch sử, Quan điểm và Thực hành
của các Truyền thống Tâm linh Đang Tồn tại
của Tây Tạng

TÁC GIẢ KHENTRUL JAMPHAL LODRO RINPOCHE

HIỆU ĐÍNH: TÙNG VŨ

Dzokden

Tác giả: Shar Khentrul Jamphel Lodrö
Hiệu đính: Tùng Vũ

Ấn bản đầu tiên
ISBN (Paperback): 978-1-961659-62-9
ISBN (ePub): 978-1-961659-63-6

Nhà xuất bản:
DZOKDEN

Tác phẩm này được thực hiện bởi Dzokden, một tổ chức phi lợi nhuận do các tình nguyện viên điều hành hoàn toàn. Tổ chức này dành riêng cho việc truyền bá quan điểm phi giáo phái về tất cả các truyền thống tâm linh trên thế giới và giảng dạy Phật giáo theo cách hoàn toàn chân thực, nhưng cũng thiết thực và dễ tiếp cận với văn hóa phương Tây. Tổ chức này đặc biệt dành riêng cho việc truyền bá truyền thống Jonang, một viên ngọc quý hiếm từ vùng Tây Tạng xa xôi, nơi lưu giữ những giáo lý Kalachakra quý giá.

Để biết thêm thông tin về các hoạt động theo lịch trình hoặc tài liệu có sẵn, hoặc nếu bạn muốn đóng góp để hỗ trợ công việc của chúng tôi, vui lòng liên lạc:

Dzokden
3436 Divisadero Street
San Francisco, CA 94123
USA
www.dzokden.org
office@dzokden.org

Mỗi căn bệnh đều có một phương thuốc.
Nếu một con đường không phù hợp với người này,
Thì chắc chắn nó sẽ phù hợp với người khác.
Đây chính là bản chất của Triết lý Rimé.

— Khentrul Rinpoché —

NỘI DUNG

ༀ། །འཇམ་དབྱངས་མཁན་པོ་འཇམ་དཔལ་བློ་གྲོས་ནས་བོད་གངས་ཅན་ལྗོངས་
སུ་དར་བའི་ཏི་ནང་ས་དགེ་བཀའ་རྙིང་བོན་དང་བཅས་པའི་ཆོས་བརྒྱུད་ཀྱི་ལྟ་གྲུབ་
ལོ་རྒྱུས་རོབ་བསྡུས་ཞིག་ཞིབས་འདུག་པ། བློ་གསར་ཆོས་བརྒྱུད་ཁག་གི་གནས་ཚུལ་
དོན་གཉེར་ཅན་ལ་ཕན་ཐོགས་ཡོང་ངེས་སུ་མཐོང༌། རང་རེ་གངས་ལྗོངས་ཀྱི་སྲིད་
མཆོག་བླ་མ་གོང་མ་རྣམས་ཀྱི་ལྟ་གྲུབ་བཞིན་སྐྱལ་ཁག་གདུལ་བྱའི་ཁམས་དང་མོས་
པ་དང་དམ་པ་རང་རང་གི་ཉམས་སྐྱོང་བཅས་དང་བསྟུན་ནས་གསུང་སྤངས་མི་འདུ་
བ་དང༌། དམ་པ་ཕན་ཚུན་ཡུང་རེགས་ཀྱིས་དགག་གཞག་མཛད་པ་དེ་དག་རྣམ་
དཔྱོད་བློ་ཚལ་གོང་དུ་སྤེལ་བའི་ཆེད་དུ་ཡིན་གཤིས། མཐར་ཕྱུག་གི་དགོངས་པ་
ཇེ་ཡིན་དཔོག་དཀའ་བས། རང་རང་རྣམ་དཔྱོད་ཤེས་རབ་ཀྱིས་དཔྱད་དེ་བགོ་
སྐལ་ལེན་པར་རིགས། དུས་ཀུན་དགེ་བའི་སྐྱབས་སྐྱོན་བཅས། ཤཀྱའི་དགེ་སྦྱོང་
དུ་པའི་ཟླ་མས། རབ་བྱུང་བཅུ་བདུན་པའི་ཆུ་ཡུག་ཟླ། ༦ ཚེས་ ༡༩ ཕྱི་ལོ་
༢༠༠༣ ཟླ་ ༧ ཚེས་ ༡༧ ལ།།

LỜI NÓI ĐẦU CỦA
Thánh Đức Đạt Lai Lạt Ma

Trong *Các Đạo Lộ của Tri Kiến Thanh Tịnh*, Khentrul Jamphal Lodro Rinpoche từ Tu viện Dzamthang đã viết một cách súc tích về các truyền thống, quan điểm và thực hành khác nhau của các truyền thống tâm linh Jonang, Sakya, Gelug, Kagyu, Nyingma và Bon đã phát triển mạnh mẽ ở vùng đất tuyết của Tây Tạng. Công việc khó khăn của ngài đã dẫn đến việc trình bày các truyền thống tâm linh này theo những cách mang lại cho chúng ta những hiểu biết mới mẻ và hiểu biết sâu sắc sáng suốt về những gì có giá trị nhất về các truyền thống này.

Các bậc thầy và bậc thầy tâm linh cao cả trước đây của chúng ta ở Xứ Tuyết đã truyền dạy nhiều quan điểm, thực hành, và phong tục khác nhau theo những cách khác nhau, tùy theo kinh nghiệm cá nhân, khuynh hướng, góc độ, và khả năng trí tuệ khác nhau của học viên. Bởi vì các tác giả này cố gắng phát triển sự sâu sắc sáng suốt và sự nhạy bén của tâm trí thông qua việc thiết lập các phản bác của họ dựa trên kinh điển Phật giáo và suy luận theo luận lý, họ có thể mang lại lợi ích tối thượng cho chúng sinh.

Vì ý nghĩa cuối cùng của lời dạy của Đức Phật rất khó hiểu, tôi khuyên bạn hãy sử dụng trí tuệ sáng suốt của mình để tìm hiểu những lời dạy này, sau đó xác định xem chúng có thể được chấp nhận và sử dụng tốt hay không.

Tôi cầu nguyện để luôn được kết nối với nơi nương tựa của đức hạnh.

Vị tăng của Đức Phật Thích Ca Mâu Ni, Đức Đạt Lai Lạt Ma
Tháng sáu năm Mùi Nước của Rabjung thứ mười bảy
Tháng 8 năm 2003.

LỜI MỞ ĐẦU
CỦA NGƯỜI DỊCH

Cho đến gần đây, thế giới bên ngoài Tây Tạng cho rằng truyền thống Jonang đã tuyệt chủng. Vào cuối những năm 1980, có tin đồn cho rằng dòng truyền thừa Phật giáo này đã sống sót sau cuộc đàn áp vào thế kỷ mười bảy ở Trung Tây Tạng, và vào đầu đến giữa những năm 1990, các học giả phương Tây bắt đầu tiếp xúc với truyền thống ít được biết đến này tại quê hương Amdo, Viễn Đông Tây Tạng. Ngày nay, hơn một thập kỷ sau, chúng ta có những tấm gương tiêu biểu của Jonang như Khentrul Jamphal Lodro Rinpoche đang sống ở phương Tây, giảng dạy, truyền Pháp, ban quán đảnh, và viết những cuốn sách như cuốn này.

Là cuốn sách đầu tiên bằng tiếng Anh đặt truyền thống Jonang vào bối cảnh của bốn truyền thống Phật giáo Tây Tạng khác và truyền thống Bon cổ đại, *Các Đạo Lộ của Tri Kiến Thanh Tịnh* là một bản tường thuật ngắn gọn về lịch sử, quan điểm, và thực hành của các truyền thống tâm linh lớn còn tồn tại của Tây Tạng. Được viết hơn một thế kỷ sau khi những bậc thầy vĩ đại Jamgon Kongtrul Lodro Thaye (1813-1899), và Jamyang Khyentse Wangpo (1820-1892) khởi xướng phương pháp tiếp cận Rimed hay phi giáo phái đối với triết lý và thực hành Phật giáo Tây Tạng ở miền Đông Tây Tạng, các tác phẩm của Khentrul Rinpoche phản ánh tinh thần không thiên vị này, cũng như quan điểm Jonang *zhentong* và dòng truyền thừa Kalachakra đóng vai trò quan trọng trong phong trào trí tuệ này. Là một trong số ít tác giả Jonang hiện đại và là bậc thầy về phương pháp tiếp cận phi giáo phái, Khentrul Jamphal Lodro Rinpoche cung cấp cho chúng ta những hiểu biết sâu sắc về cả truyền thống Jonang của riêng ngài cũng như tầm nhìn Rimed (bất phân bộ phái).

May mắn thay, Tiến sĩ Cynthia Williams đã chứng kiến Khentrul Rinpoche viết *Các Đạo Lộ của Tri Kiến Thanh Tịnh* trên những tờ giấy rời bằng bút chì, khi ông ngồi trên sàn nhà trong một ngôi nhà ở Dharamsala, Ấn Độ. Với sự hỗ trợ của Ani Saldron người Mỹ, học giả Tây Tạng Tenchong và Jonang Tulku Kunga Zangpo, phiên bản tiếng Tây Tạng của cuốn sách này đã được xuất bản tại New Delhi (Indraprastha Press, 2003). Sau đó, Tiến sĩ Williams đã yêu cầu tôi dịch cuốn sách tiếng Tây Tạng này sang tiếng Anh. Bây giờ chúng tôi rất vui mừng được giới thiệu những lời nói và trí tuệ của Khentrul Jamphal Lodro Rinpoche đến với độc giả tiếng Anh.

GHI CHÚ KỸ THUẬT

Do nhu cầu xuất bản gấp, phiên bản hiện tại của cuốn sách này được xuất bản theo phong cách Tây Tạng, tức là không trích dẫn các đoạn trích dẫn lồng trong văn bản. Nếu có thể xuất bản trong tương lai, tôi mong muốn rằng các tài liệu tham khảo cho từng trích dẫn được trích dẫn trong phần chú thích cuối trang và một danh mục đầy đủ các nguồn tài liệu Tây Tạng sẽ được cung cấp. Một chỉ mục về tên, địa điểm và thuật ngữ cũng sẽ là một bổ sung hữu ích. Trong phiên bản hiện tại này, tên tiếng Tây Tạng của các văn bản được trích dẫn và danh sách số được cung cấp theo phiên âm Wylie dưới dạng chú thích trong phần chú thích cuối trang. Các thuật ngữ Phật giáo kỹ thuật được chọn cùng với định nghĩa và phiên âm của chúng được đưa vào trong phần chú giải thuật ngữ. Tên của các văn bản Tây Tạng được dịch sang tiếng Anh trong nội dung của cuốn sách. Các thuật ngữ triết học Phật giáo Ấn Độ nổi tiếng như "Madhyamaka" và "niết bàn", cũng như các tên Ấn Độ như "Nagarjuna" được thể hiện theo ngữ âm bằng tiếng Phạn mà không có dấu phụ. Đúng với văn bản tiếng Tây

Tạng, hầu hết các tên riêng như "Dolpopa", các địa danh như "Samye" và các thuật ngữ phổ biến như "Dzogchen" và "zhentong" đều được phiên âm bằng tiếng Tây Tạng.

LỜI CẢM ƠN

Tôi xin cảm ơn Đạo sư Khenpo Kunga Sherab Saljay Rinpoche đã giúp tôi hiểu những đoạn về Sáu Yoga trong cuốn sách này, và đã hướng dẫn tôi trong quá trình học tập, thực hành và dịch thuật; Khentrul Jamphal Lodro Rinpoche đã làm việc với tôi trong bản dịch này, và đã kiên nhẫn với lối sống nghiên cứu sinh bận rộn của tôi; Tulku Kunga Zangpo đã thảo luận về Jonang và zhentong; Tiến sĩ Cynthia A. Williams đã hỗ trợ tài chính để cuốn sách này có thể thực hiện được, và vì lòng nhiệt thành vô hạn của bà dành cho Jonang; Giáo sư Steven D. Goodman đã liên tục tư vấn và gợi ý một số lựa chọn trong bản dịch; Erik Pema Kunsang, Richard Barron (Chokyi Nyima), Gene Smith và Cyrus Stearns đã hướng dẫn tôi.

Cầu mong chư Phật ba thời mỉm cười với bản dịch này! Sarva Mangalam (Nguyện vạn sự cát tường)!

Michael R. Sheehy
Jonang Jamdha Monastery
Buddhist Studies College of Five Sciences
Golok, Amdo, Tibet / Qinghai Province, China
October 21st, 2005

GIỚI THIỆU
Các Truyền thống Đang Tồn tại của Tây Tạng

Tôi đã viết *Các Đạo Lộ của Tri Kiến Thanh Tịnh* vì tôi nhận thấy rằng mọi người trên khắp thế giới hiện đang quan tâm đến Phật giáo Tây Tạng. Ví dụ, những người theo đạo Thiên chúa và những người theo các tín ngưỡng tôn giáo khác nhau, Phật tử Trung Quốc, Nhật Bản, Miến Điện và các nước châu Á khác, các nhà khoa học không theo bất kỳ tôn giáo nào, và đặc biệt là nhiều người phương Tây đã trở nên tò mò về Phật giáo Tây Tạng. Vì vậy, tôi quyết định viết cuốn sách này để giải thích về các truyền thống Phật giáo khác nhau ở Tây Tạng và giải quyết một số sự phức tạp liên quan đến các truyền thống này.

Nói chung, người ta có thể tự hỏi liệu có sự khác biệt giữa nền tảng, con đường, thành quả, quan điểm, thiền định và hành vi của Phật giáo từ Tây Tạng và các truyền thống Phật giáo từ các quốc gia khác hay không. Theo quan điểm chung, không có sự khác biệt đáng kể nào về quan điểm, thiền định và hành vi của các truyền thống Phật giáo khác nhau. Thông thường, sự khác biệt được nhận thấy là do thiếu kinh nghiệm với các thực hành tâm linh của Phật giáo. Mặc dù Phật giáo có nhiều con đường và cấp độ thành tựu, nhưng các truyền thống Phật giáo Tây Tạng lại độc đáo ở chỗ chúng bao hàm toàn bộ những gì Đức Phật đã dạy.

Bên cạnh những khác biệt bề ngoài về cách thức và phong tục của các nền văn hóa, nhiều truyền thống Phật giáo đan xen với nhau trong một tinh thần duy nhất. Lý do cho điều này là tất cả những lời dạy này đều đến từ cùng một vị thầy, và tất cả các kỹ thuật giảng dạy của họ đều hướng đến cùng một mục đích là đạt được Phật quả. Tuy nhiên, mặc dù những khác biệt nhỏ giữa các truyền thống Phật giáo có vẻ mâu thuẫn, nhưng các thực hành phụ trợ của họ, cách họ tinh chỉnh quan điểm của mình và cách họ sử dụng các kỹ thuật thiền định và đạo đức của mình đều phản ánh sự đa dạng trong các phương tiện khéo léo của Đức Phật. Vì những lời dạy khác nhau của Đức Phật giống như những loại thuốc chữa các loại bệnh tâm linh khác nhau, nên không có một lời dạy hay phương thuốc nào cho bất kỳ căn bệnh cụ thể nào.

Phật giáo cũng khác biệt với các tôn giáo khác ở chỗ nó cung cấp một khoa học sâu rộng về tâm trí. Khoa học chiêm nghiệm này có khả năng phát hiện thông qua suy luận kinh nghiệm một số hiện tượng không hiển nhiên mà khoa học thực nghiệm hiện đại hiện không có khả năng phát hiện. Vì vậy, các thực hành thiền định của Phật giáo có thể được sử dụng như một mô hình cho khoa học hiện đại để nghiên cứu các khía cạnh sâu xa nhất của ý thức. Ngoài ra, Phật giáo còn đóng góp một kho tàng đa dạng các phương pháp và phương tiện để phát triển các phẩm chất tâm lý bên trong của một người, điều mà khoa học hiện đại không thể làm được.

Khi một người biết cách thực hành Phật giáo một cách chính xác, những tình huống bình thường của cuộc sống này sẽ được làm giàu với hạnh phúc và an lạc. Điều này diễn ra một cách tự nhiên mà không cần nỗ lực, giống như gỗ cháy trên lửa. Một hành giả Phật giáo khám phá ra rằng những mối quan tâm thế gian phù du không phải là điều quan trọng nhất mà điều quan trọng nhất là niềm hạnh phúc lớn lao liên tục tràn ngập bản thân qua nhiều kiếp sống liên tiếp. Là một truyền thống tâm linh sống động, Phật giáo có khả năng đáng kinh ngạc không chỉ mang lại hạnh phúc tạm thời mà còn là hạnh phúc tối thượng cho bản thân và tất cả chúng sinh. Để làm được điều này, điều bắt buộc là một người phải mang vào trải nghiệm của chính mình toàn bộ các phẩm chất tích cực bằng cách trau dồi con đường phương tiện thuận tiện. Vì Phật giáo Tây Tạng kết hợp nhiều phương tiện để đạt được giác ngộ, nên nhiều người đã rất quan tâm đến các truyền thống Phật giáo Tây Tạng.

Phật giáo Tây Tạng rất bao la và sâu sắc. Nó bao gồm nhiều hướng dẫn về thực hành tâm linh khác nhau và chính sự đa dạng này đã tạo nên các truyền thống khác nhau của Phật giáo Tây Tạng. Tôi quyết định viết về lịch sử, quan điểm và thực hành của những truyền thống này không phải vì chưa có tác phẩm nào trước đó, vì đã có nhiều sách về chủ đề này, mà vì phần lớn các tác phẩm này có xu hướng không dễ tiếp cận đối với độc giả nói chung hoặc được viết bởi các học giả thiên vị quan điểm của riêng họ.

Trong khi mọi người trên khắp thế giới hiện đang thể hiện sự quan tâm đến việc nghiên cứu và so sánh sự khác biệt giữa Phật giáo Tây Tạng và các truyền thống Phật giáo từ các quốc gia khác, vì không có sự hiểu biết sâu sắc về bất kỳ truyền thống nào, nhiều hiểu lầm đã nảy sinh. Điều này đã xảy ra trong quá khứ, đang xảy ra hiện tại và chắc chắn sẽ xảy ra trong tương lai. Nghĩ rằng quan điểm và thực hành của các truyền thống Phật giáo khác nhau mâu thuẫn với nhau, người ta có thể kết luận rằng quan điểm này là cao hơn trong khi quan điểm khác là thấp hơn. Tương tự như vậy, những cá nhân không hiểu bản chất của tôn giáo và không quen thuộc với quan điểm và thực hành của Phật giáo có thể đánh giá sai các truyền thống này. Vì những lý do này, điều quan trọng là phải hiểu các truyền thống Phật giáo khác nhau để tránh hiểu lầm thêm.

Ở Tây Tạng, hiện có năm truyền thống Phật giáo chính. Các truyền thống này được chia và phân loại theo hệ thống triết học và thiền định của chúng. Trong số các truyền thống Phật giáo Tây Tạng còn tồn tại này, truyền thống Jonang trình bày các quan điểm triết học và thực hành thiền định đặc biệt của riêng mình. Vì nó không được đưa vào các tài liệu chính thức của Chính phủ Tây Tạng lưu vong, nên truyền thống này phần lớn không được thế giới bên ngoài cao nguyên Tây Tạng biết đến. Do đó, nhiều độc giả quan tâm và những người tu hành Phật giáo đã không được tiếp cận với truyền thống sống động này. Xem xét rằng truyền thống này có thể mới đối với nhiều độc giả, tôi đã viết một bản tường thuật chi tiết hơn về lịch sử, quan điểm và thực hành của nó. Nếu vì lý do nào đó bạn không thể đọc cuốn sách này từ đầu đến cuối, tôi đề xuất bạn nên chuyển thẳng đến Chương VII, vì bạn có thể tìm thấy một câu chuyện mới đáng ngạc nhiên ở đó.

CHƯƠNG MỘT

TRUYỀN THỐNG BON

TÔN GIÁO BẢN ĐỊA CỦA TÂY TẠNG

Trước khi Phật giáo du nhập, tôn giáo của Tây Tạng là "Bon", và "Bonpo" là tên gọi dành cho người Tây Tạng. Ngày nay, có nhiều bất đồng giữa các học giả Tây Tạng về tính xác thực của tư tưởng Bon, các hoạt động, nguồn gốc, và mối quan hệ của nó với Phật giáo. Một số người thậm chí còn cho rằng Bon không phải là một tôn giáo thực sự, ngụ ý rằng vào thời của Đức vua Pháp Tây Tạng Trisong Deutsen, sự biểu hiện kỳ diệu của Padmasambhava và vị học giả-bồ tát vĩ đại Shantarakshita, truyền thống Bon đã bị khuất phục đến mức biến mất. Mặc dù đúng là trong thế kỷ thứ bảy và thứ tám sau Công nguyên, truyền thống Bon đã suy thoái, điều này có thể là do sự suy yếu về địa vị xã hội trong tư tưởng và hoạt động của họ, hoặc sự suy yếu về đạo đức trong kinh sách và lý luận của họ. Cũng có thể là do sự đàn áp chính trị.

Một số học giả cho rằng có hai truyền thống Bon: truyền thống hiện tại được gọi là Yungdrung Bon và một truyền thống trước đó. Truyền thống Bon bản địa này đã tồn tại trước thời của đạo sư Shenrab, và vì lý do này, quan điểm và thực hành của nó được các học giả này coi là sai lầm. Mặc dù Bon trước đó đã bị Padmasambhava đánh bại, nhưng có rất ít người nói rằng quan điểm và thực hành của truyền thống Yungdrung Bon ngày nay là sai lệch. Tuy nhiên, vẫn có những người khác khăng khăng rằng Bon trước đó không bao giờ là một truyền thống đích thực, và Bon ngày nay bắt chước Phật giáo, khiến Bon ngày nay trở thành một Bon không thực sự. Xét đến tất cả những điều này, có thể là truyền thống Bon hiện tại đã bắt chước phần lớn Phật giáo; mặt khác, Phật giáo Tây Tạng phần lớn chịu ảnh hưởng của nhiều thực hành bắt nguồn từ Bon. Theo cách này, Bon và Phật giáo đã hòa nhập vào nhau và cùng có lợi cho nhau. Nếu chúng ta có thể nói bất cứ điều gì về điều này, tôi nghĩ rằng đây là kết luận công bằng.

Ngày nay, ở Tây Tạng cũng như ở Ấn Độ, nền tảng, con đường, thành quả cũng như quan điểm, thiền định và hành vi của truyền thống Bon chắc chắn là xác thực. Trên thực tế, tôi chưa từng chứng kiến bất kỳ sự khác biệt nhỏ nhất nào giữa Bon và Phật giáo. Với suy nghĩ này, có vẻ như các Phật tử nên dành sự tôn trọng ngang bằng và tìm hiểu về truyền thống Bon. Tôi cũng đã gặp và thấy một số Phật tử Bon phi thường, những người tiêu biểu cho tinh thần Bon đích thực, đưa ra lý do để mọi người tìm hiểu về truyền thống tâm linh tuyệt vời này.

Ở hướng tuyết phía bắc, trên mặt đất của Trái đất như viên ngọc này,
Biểu hiện kỳ diệu của trí tuệ và phương tiện, Shenrab Thubpa,
Hậu duệ từ dây đàn thiên thể dài của các vị trời Yungdrung,
Được định cho Tây Tạng mát mẻ, ngài là sự lộng lẫy của sự xuất sắc!

CHƯƠNG HAI

MỘT GIỚI THIỆU VẮN TẮT VỀ PHẬT GIÁO

HAI CHÂN LÝ

Mặc dù đã có những người phụ trách trước cho sự truyền bá Phật giáo ở Tây Tạng diễn ra sớm nhất vào thế kỷ thứ tư sau Công nguyên, nhưng sự phát triển thực sự của Phật giáo ở Tây Tạng bắt đầu vào thế kỷ thứ bảy sau Công nguyên. Trong thế kỷ thứ tám sau Công nguyên, giáo lý kinh điển và mật điển của Phật giáo đã được truyền vào Tây Tạng từ Ấn Độ. Trong số bốn hệ thống triết học đại diện cho Phật giáo Ấn Độ, giáo lý của Madhyamaka hay triết lý Trung đạo được truyền bá rộng rãi nhất trên khắp Tây Tạng.[1] Để khám phá đầy đủ hơn về chủ đề này, tôi sẽ trình bày tóm tắt về nền tảng, đạo lộ, và quả vị cùng với quan điểm, thiền định và hành vi của Phật giáo.

---

1   Bốn hệ thống triết học (*grub mtha' bzhi*) bắt nguồn từ Phật giáo Ấn Độ. Đó là:
1) Sarvastivadin; 2) Vaibhaisika; 3) Yogacara; 4) Trung Đạo.

Có hai chân lý là cơ sở của mọi đối tượng tri thức. Hai chân lý bao trùm tất cả này được gọi là "chân lý thông thường" và "chân lý tối thượng".[2] Chân lý thông thường là ý thức của chúng sinh bình thường, bao gồm nhận thức thông thường về thị giác, thính giác, vị giác, khứu giác, và xúc giác cũng như các hình dạng, âm thanh, mùi, vị, và kết cấu tương ứng với các loại ý thức này. Đối với tâm trí chưa được kiểm tra hoặc phân tích, sự cùng xuất hiện tạm thời của ý thức với một đối tượng có vẻ là có thật. Bởi vì trải nghiệm sai lầm này không ổn định và nhầm lẫn, nên nó là chân lý của thực tại quy ước.

Chân lý tối hậu là điều không tự nhiên xuất hiện đối với tâm trí chưa được kiểm tra hoặc phân tích của những chúng sinh bình thường. Đó là ý nghĩa tuyệt đối cuối cùng được khám phá thông qua lập luận và lý lẽ, bản chất của mọi hiện tượng mà tâm trí bình thường không thể hiểu và không thể nhận thức được. Bản chất tối hậu của thực tại này chỉ có thể nhận ra trực tiếp trong giai đoạn đầu tiên của con đường giác ngộ của Bồ tát.[3] Bởi vì đây là chân lý của thực tại thực sự, nên nó được gọi là chân lý của thực tại tối hậu.

NỀN TẢNG, ĐẠO LỘ, KẾT QUẢ

Đồng thời nhận thức hai cấp độ thực tại này trực tiếp xảy ra trong sự toàn tri của Phật quả. Hai chân lý này là cơ sở mà thiện và ác, hạnh phúc và đau buồn, và mọi thứ có thể được biết đến được sắp xếp và thiết lập. Đây là "cơ sở" hoặc "nền tảng" của hai chân lý này.

---

2   Hai loại chân lý là chân lý quy ước (*kun rdzob bden pa*) bao gồm mức độ thực tại tương đối rõ ràng, và chân lý tối thượng (*don dam bden pa*) bao gồm mức độ thực tại tuyệt đối.

3   Thông thường có mười cấp độ hay giai đoạn (*sa bcu*) mà một vị Bồ tát phải trải qua để đạt đến quả vị Phật.

Tiếp theo là "đạo lộ" hoặc cách thức mà hai sự tích lũy được thu thập. Hai điều này là sự tích lũy công đức và sự tích lũy trí tuệ. Sự tích lũy trí tuệ là một quá trình làm quen với bản thân và hiểu được thực tại tuyệt đối thanh tịnh, sau đó bản chất của mọi thứ được biết đến. Điều này không dễ dàng được thấy rõ hoặc giảng dạy. Phương pháp nhận ra một cách tự nhiên và không tốn sức để mang lại lợi ích cho chúng sinh như một vị Phật trong tương lai là thiền định về việc phát huy các phẩm chất của lòng từ ái và lòng bi mẫn ngay bây giờ. Để làm được điều này, điều cần thiết là phải thực hành nhiều loại thiền khác nhau như thiền định về sự rộng rãi, bình đẳng, nhẫn nhịn, v.v.

Nhận ra bản chất của mọi thứ có thể biết được Þ thực tại siêu việt của các hiện tượng Þ là một quá trình học tập bắt đầu bằng việc lắng nghe, suy ngẫm, và sau đó kết hợp phân tích với thiền ổn định. Cuối cùng, khi tất cả các hạn chế của một người đã cạn kiệt, và có sự nhận ra cách chúng ta được ban tặng mọi phẩm chất giác ngộ, Phật quả được chứng ngộ. Đây là trạng thái tối thượng mà mỗi cá nhân có khả năng đạt được.

Đỉnh cao của con đường đạo được gọi là "quả", trạng thái hoàn hảo của Phật quả. Đây là trạng thái đã từ bỏ cả nguyên nhân và kết quả của sự bất hạnh, trong khi nó đã vô hiệu hóa các mô hình cảm xúc buồn bực của chính mình tránh việc tái diễn để người đó không bao giờ tách rời khỏi hạnh phúc tối thượng bất biến. Đạt được Phật quả là để mang lại lợi ích cho chúng sinh một cách dễ dàng và tự phát không ngừng cho đến khi luân hồi hoàn toàn trống rỗng.

QUAN ĐIỂM, THIỀN ĐỊNH, HÀNH VI

Để trở thành một vị Phật hoàn toàn giác ngộ, có ba nguyên tắc được gọi là quan điểm, thiền định và hành vi. Ba nguyên tắc này tạo thành nền tảng cho bốn hệ thống triết học Phật giáo Ấn Độ: Vaibhashika (Tỳ Bà Sa Luận

Sư), Sautrantika (Kinh Lượng Bộ), Cittamatra (Duy Tâm), và Madhyamaka (Trung Quán). Sau đó, chúng được phân loại thành các thừa thông thường và phi thường.[4] Nhờ phương tiện và trí tuệ của mình, các Pháp vương, dịch giả và học giả đầu tiên ở Tây Tạng đã tạo ra hệ thống Madhyamaka của các thừa phi thường chủ yếu ảnh hưởng đến quan điểm trong khi hệ thống Vaibhashika của thừa thông thường ảnh hưởng đến hành vi. Do đó, quan điểm Madhyamaka chiếm ưu thế trong các truyền thống Phật giáo Tây Tạng.

Do các cách thức và kỹ thuật diễn giải quan điểm Madhyamaka hơi khác nhau, nên đã nảy sinh các truyền thống Phật giáo khác nhau ở Tây Tạng. Mặc dù các cách diễn giải này có thể khác biệt, nhưng nền tảng cho tất cả chúng là quan điểm duy nhất của Madhyamaka. Quan điểm Madhyamaka này cho rằng bản chất thực sự của các hiện tượng, hay cách mà mọi thứ có thể biết được hiện hữu, không phải là cách mọi thứ xuất hiện với chúng ta hiện nay. Vì lý do này, chúng ta nghĩ rằng chúng ta thấy những thứ như cái bàn, nhưng nếu chúng ta sử dụng lý luận của mình và nghiên cứu kỹ hơn, thì rõ ràng là cái mà chúng ta gọi là "cái bàn" không gì khác ngoài một tập hợp các phần nhỏ. Trên thực tế, "cái bàn" chỉ đơn giản phụ thuộc vào những phần nhỏ này, và nếu chúng ta cố gắng thiết lập một cái bàn thực sự hiện hữu, chúng ta sẽ không thể tìm thấy "cái bàn" ở bất cứ đâu. Tương tự như vậy, mọi thứ có thể được biết đều phụ thuộc vào tên gọi và danh tính của nó. Bởi vì mọi thứ đều có cơ sở phụ thuộc riêng của chúng, nên khi chúng ta tìm kiếm một thứ gì đó, chúng ta không thể tìm thấy bất cứ thứ gì. Đây là lý do tại sao người ta nói rằng mọi hiện tượng đều thiếu sự tồn tại cố hữu.

---

4 "Cỗ xe thông thường" (*theg pa thun mong*) ám chỉ giáo lý Tiểu thừa trong khi "cỗ xe phi thường" (*theg pa thun mong ma yin pa*) ám chỉ Đại thừa và Kim Cương thừa.

Tuy nhiên, nếu không nghiên cứu, ý nghĩa của các hiện tượng bình thường sẽ được quy gán cho. Điều này có nghĩa là, đối với những tâm trí không phân tích những gì có thể được biết, mọi thứ dường như là cách chúng xuất hiện. Điều này là do thực tế tất yếu là các nguyên nhân có các kết quả của chúng. Kiểu tư duy triết học này là cách Trung Quán xua tan hai quan điểm cực đoan là chủ nghĩa tuyệt đối, cho rằng mọi thứ thực sự hiện hữu, và chủ nghĩa hư vô, cho rằng mọi thứ không hiện hữu. Có thể nói rằng quan điểm Trung Quán này là chung cho tất cả các truyền thống Phật giáo Tây Tạng.

Sau đó, có thiền định, và hai sự tích lũy có được trên con đường đạo. Những gì cần được vun đắp trong quá trình thực hành thiền định là cả tâm giác ngộ, và hai loại vô ngã hoặc không thật có.[5] Bản thân thiền định dựa trên hai phương pháp rèn luyện: 1) shamatha hoặc thiền tĩnh lặng; và 2) vipashyana hoặc thiền tuệ quán. Người thực hành thiền định trước tiên lắng nghe, sau đó nghiên cứu các cách khác nhau mà các hiện tượng tồn tại. Giai đoạn thiền định giữa là xem xét và suy ngẫm về các kết luận khác nhau được rút ra từ kinh nghiệm. Cuối cùng, điều quan trọng là phải ổn định thiền định của mình một cách nhất tâm và lặp đi lặp lại về đối tượng thiền định để khám phá, mà không bị lừa dối.

Ví dụ, trước tiên chúng ta phải nghe về cách bản ngã có vẻ có thực chất, và cách bản ngã không giống y hệt hoặc khác biệt với năm thành phần tinh thần và thể chất của một chúng sinh.[6] Khi người hành thiền hiểu rằng bản ngã không có thực chất, ý nghĩa của điều này sẽ được suy ngẫm đi suy ngẫm lại. Khi một hành giả đã cắt đứt mọi quan niệm sai lầm trong trạng

---

5   Hai loại vô ngã hay vô bản chất (*bdag gnyis*) là vô ngã nội tại, và vô ngã hiện tượng.

6   Năm thành phần (*phung po lnga*) là: 1) hình tướng (*gzugs*); 2) cảm giác (*tshor ba*); 3) nhận thức (*'du shes*); 4) khuynh hướng (*'du byed*); 5) ý thức (*rnam shes*). Năm thành phần này bao gồm các thành phần tinh thần và thể chất của một cá nhân.

thái thiền định, và đã đưa đến sự chắc chắn hoàn toàn về ý nghĩa đang được thiền định, thì đó là sự hoàn thiện của thiền định.

Về hành vi, cách chung mà các hành giả Phật giáo hành xử là không gây ra bất kỳ tổn hại nào. Thêm vào đó, Phật tử Tây Tạng đều là những hành giả của Đại thừa, có nghĩa là nền tảng cho hành vi của họ là tình yêu thương và lòng bi mẫn. Điều này có nghĩa là hành động theo cách tốt bụng và cao thượng. Tiếp theo là toàn tâm toàn ý phát khởi bồ đề tâm hoặc tâm giác ngộ để mang lại lợi ích cho các chúng sinh khác. Đây là cách mà một hành giả Phật giáo Tây Tạng hành xử. Hành vi này bắt nguồn từ truyền thống Phật giáo Vaibhashika (Tỳ Bà Sa Luận) và là cách đạo đức mà các nhà sư Tây Tạng đã thọ giới hành xử. Vaibhasika là một trong bốn trường phái Phật giáo Ấn Độ đầu tiên chính của các thanh văn (nghe giảng Pháp), và các nguyên tắc đạo đức của họ tiếp tục đóng vai trò là nền tảng cho hành vi của Phật tử.[7]

---

7 Xem chú giải thuật ngữ cho "shravaka".

CHƯƠNG BA

CUỘC ĐỜI CỦA ĐỨC PHẬT VÀ PHẬT GIÁO Ở ẤN ĐỘ

CÂU CHUYỆN CUỘC ĐỜI CỦA ĐỨC THÍCH CA MÂU NI

Đức Phật có nhiều danh hiệu. Trong tiếng Tây Tạng, ngài được gọi là «Shakya Thubpa», và trong tiếng Phạn, ngôn ngữ cổ của Ấn Độ, ngài được gọi là «Shakyamuni». Đức Phật đã ra đời cách đây hơn hai nghìn năm trăm năm tại thị trấn Lumbini của Ấn Độ, một vùng ngày nay thuộc miền Nam Nepal. Để cung cấp một số thông tin cơ bản, tôi sẽ trình bày chi tiết một số tài liệu tham khảo từ văn học Phật giáo. Ví dụ, trong *Kinh về Cuộc Gặp gỡ của Bậc Thầy với Người Con Tinh thần của Ngài* có đoạn:[8]

> *Trong quá khứ, vô lượng kiếp vũ trụ trước đây, có một hệ thống thế giới được gọi là "Phật giới với nhiều Hạt Cát như sông Hằng." Trong Phật giới này, có một vị Như Lai tên là "Đỉnh cao của Năng Lực." Là một vị Phật, ngài đã mang lại lợi ích to lớn cho chúng sinh trước khi nhập niết bàn. Sau khi thành Phật, ngài tiếp tục giảng dạy trong vô lượng kiếp. Từ thời điểm đó trở đi, ngài đã phát một tâm trí thanh tịnh, thề sẽ giảng*

---

8   Tựa đề Tây Tạng: *yab sras mjal ba'i mdo.*

dạy con đường hướng đến Phật quả cho đến khi luân hồi được làm cho trống rỗng.

Đức Phật Thích Ca Mâu Ni lịch sử của chúng ta thực sự đã thanh lọc toàn bộ các ô nhiễm của mình bắt nguồn từ hai loại che chướng từ vô lượng kiếp trước, và hiện thực được sự giác ngộ hoàn toàn.[9] Nhờ trí tuệ, phương tiện, và lòng từ bi sâu sắc của mình, ngài đã xuất hiện trong thời đại năm sự thoái hóa.[10] May mắn thay, nhờ sự quan tâm sâu sắc và tình yêu thương mến của mình đối với chúng sinh, Đức Thích Ca Mâu Ni đã thị hiện trên thế giới này và thực hiện mười hai hạnh của một thân hóa hiện tối cao.[11]

Sublime Continuum cũng nói rằng,[12]

Biết thế giới này, Đấng Đại Từ Bi
Nhìn vào toàn bộ vũ trụ hư vô hời hợt này
Và, không dao động khỏi chiều không gian tối thượng của thực tại,
Được tạo ra và biểu hiện thông qua nhiều biểu hiện kỳ diệu khác nhau.

Hạ xuống từ cõi Tịnh độ Tushita (Đâu Suất) hỷ lạc,
Ngài nhập vào thai cung của mẹ và được sinh ra.

---

9   Hai loại che chướng (*sgrib gnyis*) là che chướng về nhận thức và che chướng về cảm xúc.

10   Năm sự thoái hóa là: 1) thoái hóa về tuổi thọ; 2) thoái hóa về thời gian; 3) thoái hóa về quan điểm; 4) thoái hóa về cảm xúc phúc lạc; 5) thoái hóa về chúng sinh.

11   Mười hai công hạnh này là: 1) Hạ xuống từ cõi trời Tushita (*'pho ba*); 2) Nhập vào thai cung của mẹ (*lhum zhugs*); 3) Sanh ra (*bltams pa*); 4) Trở nên thành thạo trong các nghệ thuật thế gian và thể hiện sức mạnh thể chất (*bzo dang*); 5) Vui hưởng một đoàn tùy tùng của các hoàng hậu (*rol rtse*); 6) Từ bỏ thế gian (*nges 'byung*); 7) Thực hành khổ hạnh và từ bỏ chúng (*dka' spyad drug*); 8) Đi đến bản chất của sự giác ngộ (*gshegs*); 9) Đánh bại quỷ Mara (*bdud sde bcom*); 10) Đạt được sự giác ngộ hoàn toàn dưới Cây Bồ Đề (*byang chub*); 11) Chuyển Bánh xe Pháp (*chos 'khor*); 12) Rời thế gian đi đến niết bàn (*myang 'das*).

12   Tựa đề tiếng Tạng: *rgyud bla ma*

Thông thái và thành thạo nghệ thuật,
Ngài làm hài lòng và vui đùa với đoàn tùy tùng của các phi tần,

Sau đó, ngài từ bỏ cuộc sống xa hoa của mình để tu khổ hạnh.

Tiến đến Bodhgaya,
Ngài chế ngự lũ quỷ dữ
Và, sau khi giác ngộ hoàn hảo,
Ngài chuyển bánh xe giác ngộ.

Nhập niết bàn,
Ngài thể sẽ giảng dạy khi nào
Các cõi luân hồi vẫn còn bất tịnh.

Vào thời điểm Đức Phật Thích Ca Mâu Ni của chúng ta tái sinh thành Dampa Togpar ở Cõi Tịnh Độ Tushita (Đâu Suất), ngài đã thị hiện thành một vị Bồ Tát ở nhiều cõi khác nhau trên thế giới. Khi ngài giáng thế từ Cõi Tịnh Độ Tushita, ngài đã hoàn thành tất cả các lần tái sinh của mình.

Trong khi ngự tại Cõi Tịnh Độ Tushita cùng với các vị trời trong một lễ hội, Đức Phật tương lai đã được truyền cảm hứng bởi âm thanh thiên thể của các thiên nữ nhạc công. Cảm động bởi âm nhạc của họ, sức mạnh của công đức trước đây, năng lực bẩm sinh của chính mình và sự gia hộ của các vị Phật trước đây, vị Bồ Tát đã giáng thế xuống thế giới của chúng ta. Vào khoảnh khắc được truyền cảm hứng đó, ngài đã tháo vương miện của mình và đặt lên đầu nhiếp chính vương Di Lặc.

Xét rằng nơi đó là Kapilavastu (Ca tỳ la vệ), đẳng cấp là vua chúa, dòng máu là Shakya, mẹ của ngài là Maya xinh đẹp hơn một thiên nữ, và thời điểm đó là trong năm thời kỳ thoái hóa, vị Bồ Tát đã rời đi để đến thế giới của chúng ta. Cưỡi trên một con voi trắng có sáu ngà, ngài đã nhập vào thai cung của mẹ Maya một cách kỳ diệu khi bà đang thanh lọc bản thân. Trong mười tháng ở trong thai cung của mẹ, Bồ tát từ bi hướng dẫn vô số đệ tử đi vào con đường của ba thừa, giúp họ đạt đến sự trưởng thành về mặt tâm linh.

Như một điềm báo về sự ra đời của Đức Phật, chín mươi bốn triệu cây thuốc dược thảo tự nhiên nảy mầm ở trung tâm của các lục địa lớn trên hành tinh Trái đất trong khi các khu rừng đàn hương nở rộ trên mỗi tiểu lục địa. Những điều này cũng như nhiều dấu hiệu kỳ diệu khác báo trước sự ra đời của Đức Phật.

Khi mẹ Maya đang đi qua các khu rừng Lumbini (Lâm tì ni), bà nắm lấy cành cây Palkasha bằng tay phải, duỗi thẳng người ra và không hề đau đớn, đã sinh ra Đức Phật. Khi sanh ra, ngài đã bước trên những bông hoa sen mọc ở mỗi hướng trong bốn hướng. Chứng kiến những điều này và nhiều dấu hiệu kỳ diệu khác, cha ngài đã đặt tên cho ngài là Siddhartha, có nghĩa là "người hoàn thành mọi mục đích". Khi còn nhỏ, ngài được ba mươi hai tỳ nữ cưng chiều, và vì tính cẩn thận và bản tính hiền lành của mình, ngài được gọi là "Hiền nhân của dòng họ Shakya" hay "Thích Ca Mâu Ni". Trong số nhiều nhà tiên tri và thánh nhân đã đến thăm ngài khi còn nhỏ, Rishi Nagpo Nyonmong Med là người đã tiên tri rằng ngài sẽ trở thành một vị Phật.

Khi còn trẻ, vị Bồ tát đã đến trường để trau dồi các kỹ năng khác nhau của mình. Siddhartha đã xuất sắc trong việc học và đặc biệt là học ngôn ngữ. Sự hiểu biết của ngài về ngôn ngữ rất tuyệt vời đến nỗi ngài biết những ngôn ngữ mà thầy của ngài là Kungi Shenyen thậm chí chưa từng nghe đến. Năm mười sáu tuổi, ngài đã đánh bại chiến binh Shakya trẻ tuổi khéo léo nhất trong các sự kiện thể thao cạnh tranh, và sau đó ngài kết hôn với công chúa Drag Zinma. Cùng với vợ và người tình Ri Dwags Kayma, Siddhartha có một đoàn tùy tùng gồm sáu mươi nghìn phi tần. Hoàng tử trẻ tiếp tục tham gia vào cuộc sống thế gian như một vị trời bất tử cho đến năm hai mươi chín tuổi.

Nhìn thấy một ông già, một người bệnh, một xác chết, và một nhà tu khổ hạnh khiêm nhường ở mỗi hướng của bốn cổng cung điện, Siddhartha suy ngẫm về ý nghĩa của cuộc sống của mình như một vị vua, đoàn tùy tùng của mình, và những yêu cầu của cha mình. Sau đó, thông qua sức mạnh của những nguyện vọng trước đây của mình, và thông qua sự gia trì của chư Phật mười phương, ngài lại bị xúc động bởi âm nhạc giải thoát, và ngài quyết định từ bỏ cuộc sống hoàng gia của mình. Từ bỏ lòng kiêu hãnh và sự ngạo mạn của mình, hoàng tử trẻ hướng sự chú ý của mình một cách toàn tâm toàn ý vào sự giác ngộ. Cảm thấy rằng không có thời gian để lãng phí, hoàng tử cưỡi ngựa đi vào lúc nửa đêm.

Sau đó, Siddhartha cắt tóc trước mặt đạo sư Choten Namdag, mặc chiếc áo choàng màu nghệ tây được các vị trời ban tặng cho ngài, và trở thành một người xả ly. Sau đó, ngài đi đến bờ sông Nairanjana, nơi ngài đắm mình trong sự tập trung thiền định toàn diện trong sáu năm. Mỗi ngày, ngài ăn một hạt cây bách xù và miệt mài thực hành khổ hạnh cực độ. Khi chịu đựng những khổ hạnh này, vị khất sĩ trẻ nhận ra rằng những thực hành về thân và khẩu của ngài không nuôi dưỡng được những khát vọng trong trái tim. Vào lúc kiệt sức, một cô con gái của một Bà la môn trẻ tuổi tên là Legs Tshoma đã dâng cho ngài một bát cháo sữa gạo ngọt với mật ong chứa các chất dinh dưỡng thiết yếu từ sữa của một ngàn con bò. Ngài hiểu rằng những thực hành khổ hạnh sẽ không đưa ngài đến giác ngộ, và con đường đến giác ngộ là con đường trung dung giữa các thái cực. Sau khi uống loại sữa gạo ngon lành này, cơ thể ngài được hồi sinh và nước da ngài sáng ngời như một ngôi đền vàng.

Đến tuổi ba mươi lăm, Bồ tát đang tiến gần đến sự giác ngộ. Khi đi đến Bodhgaya ở miền Bắc Ấn Độ, ngài ngồi dưới gốc cây Bồ đề. Trên đường đi, ngài gặp một người bán cỏ tên là Tashi, người này đã cúng dường ngài một bó cỏ kusha mịn như lông công. Khi đến Bodhgaya, Bồ tát đi quanh cây Bồ đề ba vòng, đặt các ngọn cỏ kusha hướng về phía đông và ngồi lên chúng. Ngồi như vậy, ngài phát lời thề kiên định rằng "cho dù thân thể ta có héo mòn, da thịt ta có tan rã, ta sẽ ngồi đây mà không di chuyển thân thể này cho đến khi ta đạt được sự giác ngộ dù mất hàng vạn kiếp mới khám phá ra được".

Bồ tát nghĩ rằng nếu ngài không triệu hồi các thế lực tiêu cực và khiêu khích thì ngài sẽ không thể đạt được Phật quả. Do đó, ngài đã sử dụng khả năng tâm linh của mình để phát ra những tia sáng từ giữa hai lông mày để dụ dỗ con quỷ dữ Mara và bốn tên tay sai đáng sợ của nó. Chúng tiến đến với vẻ ngoài hung dữ, bắn vô số vũ khí khủng bố vào Bồ tát, nhưng, thông qua lòng từ ái tỏa ra, ngài đã đánh bại từng tên trong số chúng.

Sau đó, bọn quỷ đe dọa ngài, nói với Bồ tát rằng ngài không thể đạt được giải thoát vì ngài chưa tích lũy đủ công đức. Nữ thần Đất cùng với đoàn tùy tùng của bà sau đó đã tuyên bố chứng kiến hành động của Bồ tát, bảo đảm với bọn quỷ rằng ngài đã hoàn thành và hoàn thiện hai sự tích lũy trong vô số kiếp trong quá khứ.[13] Một lần nữa, bọn quỷ lại xuất hiện dưới hình dạng những bóng ma gợi cảm cố gắng quyến rũ Bồ tát bằng nhiều kỹ xảo vui tươi và phương tiện tán tỉnh khác nhau, nhưng thậm chí không một sợi lông nào nhúc nhích trên cơ thể ngài. Khi Bồ tát chế ngự được sự cám dỗ cuối cùng này, lũ quỷ đã biến mất. Vào rạng sáng hôm sau, Siddhartha đã vượt qua những sự che mờ nhận thức tinh tế nhất trong trạng thái ổn định thiền định kim cang và đạt được sự giác ngộ hoàn toàn.

Để chứng minh sự sâu sắc của sự chứng ngộ của mình, Đức Phật đã chọn không giảng dạy trong bảy tuần. Vị thần Brahma (Phạm Thiên) nổi tiếng thế giới đã đến thăm Đức Phật trong thời gian này và cúng dường Ngài một bánh xe vàng có một nghìn nan hoa, và vị thần Indra (Đế Thích) cúng dường Ngài một chiếc kèn vỏ ốc xoắn về bên phải. Cả hai đều khẩn

---

13 Hai sự tích lũy (*tshogs gnyis*) là công đức và trí tuệ.

thiết thỉnh cầu Ngài chuyển Bánh xe Pháp và giảng dạy như Ngài đã hứa trước khi trở thành một vị Phật.

Cuối cùng, Ngài đã đến Vườn Nai ở Varanasi, nơi Ngài gặp năm đệ tử đầu tiên của mình. Sau đó, vào ngày mồng bốn của tháng thứ sáu theo âm lịch Tây Tạng, Đức Phật đã chuyển Bánh xe Pháp, giảng dạy Tứ Diệu Đế.[14] Sau khi nghe lời giảng này, năm đệ tử của Ngài đã đạt được trạng thái của một vị A-la-hán, và ý nghĩa của Tam Bảo lần đầu tiên được nghe thấy trên thế giới này.[15]

Ở tuổi ba mươi lăm, Đức Thích Ca Mâu Ni đã trở thành một vị Phật hoàn toàn giác ngộ. Cho đến khi viên tịch, Đức Phật đã tổ chức bốn mươi lăm kỳ an cư kiết hạ và chuyển bánh xe Pháp vô số lần, giảng giải giáo lý về cả ý nghĩa xác định và tạm thời. Đức Thích Ca Mâu Ni đã thuyết giảng ở những nơi dễ tiếp cận như Rajagriha, Núi Linh Thứu, và Vaishali ở Bắc Ấn Độ, và ngài đã thuyết giảng ở những nơi siêu thế gian cho các vị trời thần và chúng sinh ở thế gian khác. Nhờ năng lực kỳ diệu của mình, Đức Phật đã thị hiện ở những nơi không thể hiểu nổi như Cung điện Kim Cương Quý báu và đỉnh Núi Sumeru.[16] Ở những nơi như thế này, Đức Phật đã thể hiện những phương tiện đặc biệt để giúp các đệ tử của ngài trưởng thành trên con đường tiến triển tâm linh của họ. Có mặt trong những buổi lễ này là những đệ tử thân cận nhất của Đức Phật là Xá Lợi Phất và Mục Kiền Liên cùng với các vị Bồ tát tăng, ni, nam cư sĩ và nữ cư sĩ. Minh họa cho tính vô thường và truyền cảm hứng về từ bỏ cho những đệ tử bám víu vào sự cực đoan của những điều trường tồn. Tại thành phố Kushinagar giữa hai cây sala, Đức Phật nằm nghiêng về bên phải, đặt một chân lên chân

---

14 Xem phần chú giải cho "Bốn Chân lý Cao quý".

15 Xem phần chú giải cho "La Hán" và "Tam Bảo".

16 Núi Sumeru là ngọn núi vũ trụ nằm ở trung tâm hệ thống thế giới của chúng ta. Nó được bao quanh bởi bốn châu lục trong đó châu lục phía Nam là Jambudvipa (Nam Thiện Bộ Châu), thế giới của chúng ta.

kia, và ban giáo lý cuối cùng của mình dưới hình hài vật chất bằng cách nhập niết bàn vô song.

PHẬT GIÁO Ở ẤN ĐỘ SAU ĐỨC PHẬT

Mối quan hệ và địa điểm Đức Phật cư ngụ được ghi chép trong *Kho tàng Giải thích Chi tiết Vĩ đại*.[17] Được dịch từ bản dịch tiếng Tây Tạng, có viết,

Saketa, Vaishali, White Earth, và trong cõi của các vị trời,
Nơi những kẻ ngây thơ chết, Koshambhai, gần các bảo tháp trên núi cao,
Trong môi trường ồn ào, những ngôi làng tre, và trong thành phố
    Kapilavastu,
Đức Phật đã dành một năm ở những nơi này để giảng dạy giáo pháp cho
    những người may phước.

Hai mươi ba năm đã dùng ở thành phố Shravasti,
Bốn năm đã sống trong Rừng thuốc,
Hai năm ở trong Hang Barma sâu nhất,
Năm năm ở thành phố hoàng gia Rajagriha,
Sáu năm chịu đựng khổ hạnh,
Hai mươi chín năm đã dành trong cung điện.

Ở tuổi tám mươi, đấng chiến thắng
Được biết là đã hoàn toàn nhập niết bàn.

Một số địa điểm như Rajagriha, Sông Nairanjana nơi Đức Phật thực hành khổ hạnh, thành phố Kapilavastu, thành phố Rajagriha và một số địa điểm khác hiện nay rất nổi tiếng trong khi nhiều địa điểm trong số này đã trở nên không thể nhận ra theo sự thay đổi của thời gian.

---

17   Tựa đề tiếng Tạng: *bye brag bshad mdzod chen mo.*

Tại thành phố Rajagriha, một năm sau khi Đức Phật nhập niết bàn, đệ tử của Ngài là Mahakashyapa (Ma Ha Ca Diếp) đã tổ chức một hội nghị để biên soạn những lời dạy của Đức Phật về các quy tắc đạo đức tu sĩ hay *Vinaya-pitaka* trong khi đệ tử của Ngài là Ananda đã tổ chức một hội nghị để biên soạn các bài giảng của Đức Phật hay *Sutra-pitaka*.[18] Sau đó, Mahakashyapa đã tập hợp tất cả các lời dạy của Đức Phật về cả khoa học bên trong và bên ngoài và biên soạn chúng thành bộ sưu tập *Abhidharma-pitaka*. Ngày nay, chúng ta vô cùng may phước khi có *Ba Bộ Sưu Tập* này như những ghi chép về những gì Đức Phật đã dạy theo Hội nghị đầu tiên này.

Sau Mahakashyapa, những bộ sưu tập này được Ananda duy trì, rồi đến Arya Sanavasin, Arya Upagupta, Arya Dhitika, Arya Krsna và Arya Mahasudarshana. Chuỗi bảy vị A-la-hán này rất nổi tiếng và được trích dẫn trong các *Tiểu Giới luật của Luật tạng* cũng như *Kinh Hoa sen Trắng*.[19] Mỗi vị A-la-hán này đều duy trì giáo lý của Đức Phật rất giống Đức Phật. Sau khi bảy vị này qua đời, giáo lý của Đức Phật được giao phó cho nhiều vị A-la-hán khác nhau, những vị này không thể duy trì truyền thống Phật giáo theo cùng cách như chuỗi bảy vị vĩ đại này.

Một trăm mười năm sau khi Đức Phật nhập niết bàn, các nhà sư bắt đầu hành xử theo những cách trái ngược với quy tắc tu viện. Do đó, một Hội nghị thứ hai đã được tổ chức tại Vaishali. Hội nghị thứ hai này do A-la-hán Kirti chủ trì và có sự tham dự của bảy trăm vị A-la-hán đã kế thừa dòng dõi của Ananda. Các nhà sư tụ họp tại Vaishali đã tổ chức một buổi lễ để thanh lọc và khôi phục lại lời nguyện của họ. Sau đó, họ đã tổ chức một bữa tiệc để ăn mừng sự kiện tốt lành này.

---

18 Đây là bảng chú giải của Luật Tạng và Kinh tạng.

19 Tựa đề tiếng Tạng: *snying rje pad dkar po'i mdo*

Một trăm ba mươi tám năm sau khi Đức Phật nhập diệt, nhiều nhà sư Phật giáo bắt đầu có những quan điểm khác nhau, và do đó, mười tám trường phái Thanh văn riêng biệt đã được thành lập. Trong thế kỷ thứ nhất trước Công nguyên, Vua Kanika đã mời và bảo trợ năm trăm vị A-la-hán bao gồm Arya Tsiblog, bốn trăm vị Bồ tát bao gồm Vasumitra và một lượng lớn các hành giả bình thường đã duy trì Ba Bộ Sưu Tập giáo lý của Đức Phật đến Đền Nagyan ở Kashmir. Như đã được tiên tri trong *Kinh Mộng Tiên Tri của Vua Krikin*, mỗi trường phái trong mười tám trường phái này đều tuân theo những lời xác thực của Đức Phật và ghi lại một cách dứt khoát những điều khoản chưa được viết trước đó, sắp xếp chính xác các bộ sưu tập giáo lý của Đức Phật.[20] Những lần sửa đổi và hiệu đính này tạo nên Hội Nghị Thứ Ba.

Đối với các bộ sưu tập giáo lý Đại thừa phi thường, hàng trăm ngàn vị Bồ tát đã tụ họp tại Núi Vimasambhava ở phía nam tại thành phố Rajagriha, cố đô của Magadha (Ma Kiệt Đà). Ở đó, Manjushri (Văn Thù Sư Lợi) đã dạy Abhidharma hay khoa học bên trong và bên ngoài, Maitreya (Phật Di Lặc) đã dạy Vinaya hay các quy tắc ứng xử đạo đức, và Vajrapani đã dạy Sutra hay các bộ kinh của Đức Phật. Bậc thầy vĩ đại người Ấn Độ Bhavaviveka cũng tuyên bố trong *Blaze of Reasoning* của mình rằng Đại thừa được Đức Phật giảng dạy và các văn bản chính của nó được Samantabhadra (Phật Phổ Hiền) và Maitreya biên soạn.[21] Dù điều này có thể là như thế nào, vẫn chưa rõ chính xác thời điểm nào Hội nghị Đại thừa đã diễn ra.

Sau khi Đức Phật nhập niết bàn, nhiều bất đồng đã nảy sinh giữa những người xuất gia trong cộng đồng Phật giáo về cách tiếp cận tâm linh nào nên theo. Phần lớn các nhà sư quyết định tuân theo cách tiếp cận Tiểu

---

20 Tựa đề tiếng Tạng: *rgyal po kri kri'i rmi lam lung bstan pa'i mdo.*

21 Tựa đề tiếng Tạng: *rtog ge 'bar ba.*

thừa hay Shraka, và hậu quả là giáo lý Đại thừa bị thoái hóa. Giai đoạn này kéo dài cho đến khi nhân vật có sức lôi cuốn đặc biệt Arya Nagarjuna (Thánh giả Long Thọ) và các đệ tử của ngài xuất hiện vào thế kỷ thứ nhất sau Công nguyên. Sau đó, vài trăm năm sau, vào thời của Asanga (Vô Trước) và Vasubandhu (Thế Thân), triết lý Đại thừa đã được hồi sinh và trở nên phổ biến rộng rãi.

Dòng dõi những người con tinh thần của Nagarjuna ủng hộ triết lý Madhyamaka (Trung Quán) bao gồm bậc thầy Aryadeva (Thánh Thiên), bậc thầy Buddhapalita (Phật Đà Ba Lợi), bậc thầy Bhavaviveka, bậc thầy uyên bác Shantarakshita (Thiện Hải Tịch Hộ) và bậc thầy Shantideva (Tịch Thiên). Dòng dõi những người con tinh thần kế vị Asanga (Vô Trước) bao gồm em trai của ông là Vasubhandu (Thế Thân), Arya Namdrolde, bậc thầy Gunaprabha đáng kính, bậc thầy Dignaga (Trần Na), bậc thầy Lodro Tenpa, Dharmakirti, bậc thầy Chandragomin và bậc thầy Shakyaprabha. Trong khi Nagarjuna, Asanga và Dignaga được biết đến là tác giả của các văn bản triết học Phật giáo cơ bản, thì Aryadeva, Vasubandhu và Dharmakirti (Pháp Xứng) được biết đến là những nhà bình luận có thẩm quyền. Cùng nhau, họ được gọi là Sáu vật trang trí tô điểm cho thế giới của chúng ta. Gunaprabha (Đức Quang) và Shakyaprabha được gọi là Hai Bậc Thầy Tối Cao vì họ đã giúp truyền bá các quy tắc đạo đức trong Luật tạng làm cơ sở cho những lời dạy của Đức Phật.

Shantideva và Chandragomin đã đóng góp rất lớn cho sự phát triển của Phật giáo ở Ấn Độ, và vì lý do này, họ được gọi là Hai Bậc Thầy Kỳ Diệu. Shantideva là một học giả vĩ đại tại Đại học Nalanda, và khi một số đồng tu của ngài kiểm tra kiến thức của ngài, ngài đã đọc tác phẩm nổi tiếng của mình, *Nhập Bồ Tát Đạo*.[22] Khi giảng chương về trí tuệ, ngài bắt đầu giải thích "cái hữu hình và cái vô hình…", một cách kỳ diệu, ngài nhắc

---

22 Tựa đề tiếng Tạng: *byang chub sems dpa'i spyod pa la 'jug pa.*

mình khỏi mặt đất lên bầu trời. Tiếp tục giải thích cho đám đông, thân ngài biến mất và chỉ còn lại giọng nói của ngài. Năm bảy tuổi, Chandragomin trở nên nổi tiếng vì đã đánh bại những người không phải là Phật tử trong cuộc tranh luận, và khi ngài đang đến thăm Đại học Nalanda, ca ngợi một bức tượng Văn Thù bằng đá, bức tượng quay mặt lại và nhìn chằm chằm vào ông.

Bên cạnh những bậc thầy tâm linh vĩ đại này, còn có sáu học giả nổi tiếng của sáu cổng của Tu viện Vikramalashila. Người canh giữ cổng phía đông là Ratnakar Ashanti toàn tri, người canh giữ cổng phía nam là Prajnakaramati, người canh giữ cổng phía tây là Manjushri, người canh giữ cổng phía bắc là Naropa, trụ cột trung tâm đầu tiên có sự chăm sóc của Brahmin Ratnavajra, và trụ cột thứ hai có sự chăm sóc của Jnanamitra. Trên thực tế, có hàng trăm học giả và hành giả du già Phật giáo thành tựu sống ở Ấn Độ vào thời điểm đó. Như lịch sử Ấn Độ phản ánh, các cộng đồng Phật giáo rất phổ biến đến mức khó có thể ước tính có bao nhiêu người.

Nhìn chung, người ta cho rằng giáo lý bí mật Kim Cang thừa hoặc giáo lý Mật tông Phật giáo đã được Đức Phật truyền dạy sau khi Ngài chuyển Pháp luân lần thứ ba.[23] Những giáo lý này ban đầu được truyền dạy cho Vua Indra Bodhi ở Uddiyana, một quốc gia được cho là nằm gần Pakistan ngày nay. Vua Indrabodhi, hoàng hậu và những người hầu cận của ông đã siêu việt lên những bậc nắm giữ trí tuệ hoặc những chúng sinh đã nhận ra

---

23   Lần Chuyển Pháp Luân Thứ Ba là lần thứ ba trong Ba Lần Chuyển Pháp Luân Liên Tiếp (*bka' 'khor lo rim pa gsum*). Những lần chuyển hay xoay vòng này là: 1) Lần Chuyển Thứ Nhất bao gồm Tứ Diệu Đế và giáo lý về duyên khởi; 2) Lần Chuyển Thứ Hai bao gồm Kinh Bát Nhã Ba La Mật Đa hay Kinh Bát Nhã Ba La Mật Đa và giáo lý của Trung Quán; 3) Lần Chuyển Thứ Ba bao gồm giáo lý về Phật tính và bản chất sáng suốt của tâm. Giáo lý về "ý nghĩa dứt khoát" (*nges don*) trái ngược với giáo lý về "ý nghĩa tạm thời" (*drang don*); đây là một tham chiếu đến các lược đồ diễn giải của Phật giáo để xác định lời nào của Đức Phật và các bình luận tiếp theo của họ thể hiện ý định tối thượng của Đức Phật.

ý nghĩa của mật tông thông qua việc thực hành. Bởi vì tất cả trẻ em trong thành phố này đều trở thành những bậc thầy Mật tông, và có thể bay trên bầu trời, Uddiyana trở nên nổi tiếng là "Quê Hương của những Vũ Công trên Bầu Trời". Dòng dõi Mật tông của Vua Indrabodhi vẫn tiếp tục được truyền qua các bậc thầy trí tuệ cho đến ngày nay.

Đặc biệt, *Kalachakra Tantra* đã được Đức Phật truyền dạy tại Drepung hay Núi Gạo Trắng ở miền nam Ấn Độ cho vị Vua Phật tử Suchandra và đoàn tùy tùng của ông. Kể từ đó, *Kalachakra Tantra* đã trở thành một thực hành chính của các vị Pháp Vương vĩ đại. Ở cả Ấn Độ và Tây Tạng, nhiều học giả và hành giả du già thành tựu đã nắm giữ tantra này trong sâu thẳm trái tim họ, và giờ đây *Kalachakra* đã phát triển mạnh mẽ trên thế giới của chúng ta. Ngày nay, *Kalachakra* được các hành giả của cả Truyền thống Dịch thuật Trước và Dịch thuật Sau coi là một trong những phương tiện hiệu quả nhất để giác ngộ trong tất cả các tantra.

CHƯƠNG BỐN

TRUYỀN THỐNG NYINGMA

CÁC DỊCH THUẬT BAN ĐẦU VÀ SỰ PHÁT TRIỂN CỦA PHẬT GIÁO TÂY TẠNG

Sự Truyền bá Phật giáo vào Tây Tạng

Mặc dù giáo lý của Đức Phật phát triển mạnh mẽ ở Ấn Độ, sự liên tục của Phật giáo Ấn Độ đã bị gián đoạn do sự tàn phá của những kẻ man ri mọi rợ xâm lược. Một sự cố nổi tiếng trong sự tàn phá của Phật giáo ở Ấn Độ là khi người ăn xin Suryasiddhi đốt cháy Đại học Tu viện Nalanda vì hắn không quan tâm đến một số hành vi lơ là chểnh mảng của một số nhà sư Phật giáo ở đó. Vì một số hoàn cảnh không may tương tự đã xảy ra, Phật giáo ở Ấn Độ đã rơi vào tình trạng suy thoái cực độ. Điều này đã được Đức Phật tiên tri trong *Kinh Nữ Thần Vô Nhiễm* của ngài.[24]

Nhờ lòng tốt của các vị Bồ tát, các vị bộ trưởng, học giả và dịch giả Tây Tạng, toàn bộ các dòng truyền thừa về giải thích và chứng ngộ các giáo lý

---

24   Tựa đề tiếng Tạng: *lha mo dri ma med pa'i mdo.*

Tiểu thừa, Đại thừa và Kim cương thừa của Đức Phật đã được truyền bá hoàn hảo vào Tây Tạng. Ngay cả sau khi Hồng quân phá hủy nghiêm trọng các biểu tượng mang tính tượng trưng của Phật giáo như tu viện, đền thờ và thánh tích của Tam bảo, và sau khi người Tây Tạng di cư, Phật giáo ở Tây Tạng vẫn phần lớn không bị ảnh hưởng. Điều này chắc chắn là do lòng từ của những người nắm giữ dòng truyền thừa đã duy trì các truyền thống giải thích và chứng ngộ của Phật giáo Tây Tạng.

Đặc biệt, nhiều lạt ma và tulku (lạt ma tái sinh) duy trì truyền thống triết học và thực hành Phật giáo Rimed phi giáo phái đã trốn sang Ấn Độ, Nepal, Bhutan và nhiều nước phương Tây sau khi Tây Tạng mất độc lập, và Đức Đạt Lai Lạt Ma thứ mười bốn đã lưu vong vào năm 1959. Do đó, cộng đồng người tị nạn Tây Tạng đã duy trì, bảo tồn và truyền bá những lời dạy quý báu của Đức Phật khi lưu vong. Kết quả là, Phật giáo Tây Tạng được biết đến ở nhiều quốc gia trên khắp thế giới và ngày càng trở nên nổi tiếng hơn mỗi năm.

Hơn nữa, Phật giáo không chỉ tự nhiên bén rễ ở Tây Tạng, mà phải mất nhiều thế hệ hy sinh và nỗ lực chung để đưa những lời dạy của Đức Phật vào Xứ Tuyết. Rất may, nhờ sự tôn trọng, tận tụy và kiên trì sâu sắc của người dân Tây Tạng, các điều kiện (duyên) đã được tạo ra cho sự phát triển của Phật giáo ở Tây Tạng. Khi những chỉ dẫn khác nhau của các học giả và bậc thầy Ấn Độ được đưa vào thực hành, người dân Tây Tạng đã hiểu sâu hơn về những chỉ dẫn này và cuối cùng Phật giáo đã ngày càng được ủng hộ. Bởi vì một số cá nhân bắt đầu nắm giữ các dòng dõi riêng biệt, và bởi vì các đệ tử của họ liên tiếp tuân theo các hệ thống tư tưởng và thực hành cụ thể, nên đã nảy sinh các truyền thống khác nhau của Phật giáo Tây Tạng. Không xét đến sự khác biệt của chúng, điều quan trọng là phải biết rằng quan điểm của tất cả các truyền thống này hoàn toàn dựa trên mô hình nền tảng, đạo lộ, và quả vị. Ví dụ, mặc dù chúng ta ăn các loại thực phẩm khác nhau có hương vị khác nhau, nhưng tất cả các loại thực phẩm chúng ta ăn đều nhằm mục đích duy nhất là nuôi dưỡng cơ thể chúng ta.

Có những truyền thống Phật giáo Tây Tạng được phổ biến rộng rãi và được biết đến nhiều hơn như Nyingma, Kagyu, Sakya, Jonang, Zhijed, Shalupa, Podongpa, Geluk, và sau đó có nhiều truyền thống khác đã phai nhạt theo thời gian. Ngày nay, có năm truyền thống đã bén rễ và duy trì các hệ thống triết học và thực hành thiền định độc lập của họ thông qua việc xây dựng các tu viện và đào tạo những người nắm giữ dòng truyền thừa để duy trì truyền thống đặc biệt của họ. Đó là Nyingma, Kagyu, Sakya, Jonang và Geluk. Chúng có thể được gọi là năm truyền thống vĩ đại của Phật giáo Tây Tạng.

Bản kê khai các dòng truyền thừa, quan điểm, và thực hành của các truyền thống này được mô tả ngắn gọn và phân biệt theo quan điểm triết học và hệ thống mật tông của họ. Nghĩa là, nếu chúng thuộc truyền thống *zhentong* hoặc *rangtong* Madhyamaka, hoặc nếu chúng thuộc Truyền thống Dịch thuật Trước hoặc Sau của các mật giáo. Nếu chúng thuộc Truyền thống Dịch thuật Trước thì chúng được gọi là "Nyingma", và nếu chúng thuộc Truyền thống Dịch thuật Sau thì chúng được gọi là "Sarma". Đây là những cách chủ yếu mà Phật giáo được truyền vào Tây Tạng.

Truyền thống Nyingma Ban đầu

Truyền thống Nyingma có thể bắt nguồn từ năm 433 CN khi những kinh Phật đầu tiên được đưa vào Tây Tạng dưới thời trị vì của Vua Latho Thothori Nyentsan. Sau đó, vào thế kỷ thứ bảy, Phật giáo chính thức được truyền vào Tây Tạng bởi Vua Songtsen Gampo (mất năm 650). Trong suốt thế kỷ thứ tám đến đầu thế kỷ thứ chín, Vua Trisong Deutsen (790-844) đã phát triển và truyền bá Phật giáo trên khắp Tây Tạng.

Nếu chúng ta bắt đầu đếm từ Nyatri Tsenpo, người được coi là vị vua đầu tiên của Tây Tạng, Vua Latho Thothori Nyentsan là vị vua Tây Tạng thứ hai mươi tám. Trong thời trị vì của Vua Latho Thothori, một học giả người Nepal tên là Losemtsho và một dịch giả tên là Lithese đã đến thăm ông và tặng nhà vua một văn bản có tựa đề "Dấu ấn Tượng trưng Hoàn thành Những gì được Chứng kiến", một bảo tháp vàng, và một khuôn khắc để tái tạo những viên ngọc như ý.[25] Mặc dù nhà vua không biết ý nghĩa của những vật phẩm cao quý này, ông vẫn tôn trọng và tôn kính chúng. Vua Latho Thothori đã sống một cuộc sống lâu dài và thịnh vượng, hoàn thành các trách nhiệm xã hội của mình một cách nhân từ. Quan trọng hơn, những món quà này là điểm báo cho sự thịnh vượng trong tương lai của Phật giáo ở Tây Tạng.

Sau đó, Vua Songtsen Gampo đã cử vị bộ trưởng của mình, dịch giả Thonmi Sambhota đến Ấn Độ, nơi ông học được chữ viết Gupta được sử dụng làm mẫu để thiết kế bảng chữ cái Tây Tạng. *Kinh Mây Châu Báu*, *Tráp các Công Thức Huyền Bí* và *Kinh Hoa Sen Trắng* do đó đã được dịch từ tiếng Phạn sang tiếng Tây Tạng cùng với nhiều văn bản Phật giáo khác.[26] Trong thời gian này, bộ trưởng Gartongtsen của Vua Sontsen Gampo, thông qua nghệ thuật ngoại giao của mình, đã mời con gái của Vua Amashuvarma người Nepal là Công chúa Brikuti kết hôn với Vua Songtsen Gampo và trở thành Hoàng hậu của Tây Tạng. Làm quà hồi môn của hoàng gia, công chúa mang theo một bức tượng Phật đội vương miện Jowo Mikyo Dorje, một bức tượng Phật Di Lặc tương lai đang chuyển Pháp luân và một bức tượng Tara bằng gỗ đàn hương tự hiện.

Vua Songtsen Gampo và Hoàng hậu Brikuti cũng xây dựng các ngôi đền để thuần hóa và chế ngự các thế lực bản địa gây nguy hiểm và chống đối. Khi làm như vậy, họ đã sắp xếp các ngôi chùa ở những địa điểm cụ

---

25 Tựa đề tiếng Tạng: *dpang skong phyag rgya.*

26 Tựa đề tiếng Tạng: *mdo sde dkon mchog sprin, za ma tog gi bzungs, snying rje pad ma dkar po'i mdo.*

thể theo sự tiên đoán và các nguyên tắc địa lý của các quận hạt địa phương của Tây Tạng và khu vực Himalaya. Những ngôi đền này bao gồm Đền Tsuglag Khang kỳ diệu ở Lhasa, Đền Tradrug, Đền Katsal, Đền Tsangdram, Đền Trompa Gyang, Đền Longtang Drolma, Đền Mangyul Jamtrin và Đền Bumthang ở Bhutan. Sau khi hoàn thành các ngôi đền bảo vệ quận hạt này, Hoàng hậu Brikuti đã đến thăm Hồ Othang ở Lhasa, nơi bà ném chiếc nhẫn của mình lên không trung với điều ước của mình, và Đền Rasa Trulnang vĩ đại đã xuất hiện một cách kỳ diệu tại nơi chiếc nhẫn của bà rơi xuống.

Vua Songtsen Gampo cũng kết hôn với con gái của Vua Tàu là Thong Thay Jung, Công chúa Wun Shing Kongjo. Để làm của hồi môn, công chúa đã mang theo một bức tượng Phật Thích Ca Mâu Ni Jowo từ Trung Hoa. Sau đó, bà đã xây dựng Đền Ramoche ở Lhasa để cất giữ món quà quý giá của mình. Một trong những hoàng hậu Tây Tạng của Vua Songsten Gampo, Hoàng hậu Ruyong Za đã xây dựng một ngôi đền tại hang thiền Drug Lhalupuk của Nhà vua, và một hoàng hậu Tây Tạng khác của ông là Mangza Tricham đã xây dựng một ngôi đền ở Yerwa. Một sự kiện đáng chú ý khác trong thời kỳ trị vì của Vua Songtsen Gampo là Brahmin Shankar, bậc thầy người Nepal Shilamanju và bậc thầy vĩ đại người Tàu tên là Hashang Mahayana đã đến Tây Tạng và dịch nhiều kinh điển Phật giáo.

Vua, Viện Trưởng, và Đạo Sư

Vào thế kỷ thứ tám và đầu thế kỷ thứ chín, Vua Trisong Deutsen (790-844) cai trị Tây Tạng. Sau khi xem xét các văn bản Phật giáo được dịch bởi những người tiền nhiệm của mình và cách tổ tiên của mình đóng góp vào việc truyền bá Phật giáo, Nhà vua đã có được động lực để truyền bá những lời dạy cao cả của Đức Phật trên khắp Tây Tạng. Đầu tiên, ông đã mời học giả người Ấn Độ vị Trụ trì Shantarakshita (Thiện Hải Tịch Hộ), người đã dạy về mười thiện đức và mười hai mối liên hệ của sự phụ thuộc lẫn nhau.[27] Mặc dù Nhà vua và Abbot (Vị trụ trì) đã nghĩ đến việc đặt nền móng cho Đền Samye, nhưng khi họ xây dựng nó, những con ma và ác quỷ tinh quái đã làm gián đoạn mọi nỗ lực của họ. Theo lời tiên tri, nhà Vua sau đó đã mời Đạo sư Padmasambhava từ Uddiyana, người đã trói buộc những con ma và ác quỷ bằng lời thề. Đền Samye sau đó được xây dựng một cách tự phát mà không có bất kỳ sự gián đoạn nào nữa.

Các hoàng hậu của Vua Trisong Deutsen cũng đã xây dựng các ngôi đền gần Samye. Hoàng hậu Phu nhân Changchub Dron đã xây dựng Đền Vẻ Đẹp Phong Phú trong khi Hoàng hậu Phu nhân Margyen của Tsepang đã xây dựng Đền Đồng của Ba Cõi, và Hoàng hậu Phu nhân Gyalmo Tsun của Phogyong giám sát việc xây dựng Đền Orphan Vàng.[28]

Nhà vua biết rằng để thiết lập giáo lý của Đức Phật ở Tây Tạng, điều bắt buộc là phải dịch *Kinh điển Phật giáo* sang tiếng Tây Tạng. Với tầm nhìn dài hạn này, ông đã lựa chọn và đào tạo những người Tây Tạng trẻ tuổi thông minh làm dịch giả và mời những bậc thầy vĩ đại nhất từ Ấn Độ đến giảng dạy. Những bậc thầy này bao gồm học giả Kashmiri Jinamitra,

---

27 Mười thiện hạnh (*dge ba bcu*) là: 1) Không giết hại (*srog gcod pa spong pa*); 2) Không lấy của không cho (*ma byin par len pa spong ba*); 3) Không tà dâm (*'dod pas log par g.yem pa spong ba*); 4) Không nói dối (*brdzun du smra ba spong ba*); 5) Không nói lời thô lỗ (*tshig rtsub po smra ba spong ba*); 6) Không nói lời phỉ báng (*phra mar smra ba spang ba*); 7) Không nói lời vô nghĩa (*tshig bkyal ba smra ba spong ba*); 8) Không tham lam (*brnab sems spong ba*); 9) Không ác ý (*gnod sems spong ba*); 10) Không tà kiến (*log par lta ba spong ba*). Mười hai mắt xích của sự phụ thuộc lẫn nhau (*rten 'brel bcu gnyis*, Skt: *pratityasamutpada*) là: 1) vô minh (*ma rig pa*); 2) khuynh hướng ('*du byed*); 3) ý thức (*rnam par shes pa*); 4) danh và sắc (*ming dang gzugs*); 5) sáu nguồn cảm giác (*skye mched drug*); 6) tiếp xúc (*reg pa*); 7) cảm giác (*tshor ba*); 8) thèm muốn (*sred pa*); 9) nắm bắt (*nye bar len pa*); 10) trở thành (*srid pa*); 11) sinh (*skye ba*); 12) suy tàn và chết (*rga zhi*).

28 Gegye Jema Ling (*dge rgyas bye ma gling*) được xây dựng bởi Hoàng hậu Lady Changchub Dron; Khamsum Zangkhang Ling (*khams gsum zangs khang gling*) được xây dựng bởi Hoàng hậu Margyen của Tsepang; Putsab Serkhang Ling (*bu tshab gser khang gling*) được xây dựng bởi Hoàng hậu Gyalmo Tsun của Phogyong.

học giả Ấn Độ Danashila và nhiều vị hộ trì quan trọng khác của Ba Tạng Kinh Phật.[29] Những học giả này, cùng với Trụ trì Shantarakshita, Đạo sư Padmasambhava, các dịch giả Vairochana, Kawa Paltsek và Chokro Lui Gyaltsen chịu trách nhiệm dịch các kinh điển nổi tiếng nhất của Đức Phật và các kinh điển mật giáo cùng với các bình luận của họ sang tiếng Tây Tạng. Để kiểm tra khả năng tuân thủ giới luật tu hành của người Tây Tạng, Trụ trì Shantarakshita sau đó đã chọn và truyền giới cho bảy nhà sư Tây Tạng. Bảy nhà sư này là những người Tây Tạng đầu tiên duy trì chế độ tu hành Phật giáo và cộng đồng Phật giáo ở Tây Tạng, và được coi là nền tảng cho sự phát triển sau này của Phật giáo.

Sau đó, dịch giả Vairochana và đệ tử của Đạo sư Liên Hoa Sanh là Namkhai Nyingpo được gửi đến Ấn Độ để học và nhận truyền thừa. Vairochana đã học Dzogchen hay thực hành Đại Viên Mãn với Shri Singha, và Namkhai Nyingpo đã nhận giáo lý về thực hành Vishuddha hay thực hành Bổn Tôn Kim Cang Phẫn Nộ từ Hungkara. Cả Vairochana và Namkhai Nyingpo đều trở thành những bậc thầy thành tựu cao trước khi trở về Tây Tạng.

Theo yêu cầu của Nhà vua, Đức Liên Hoa Sanh đã trưng bày Tám Mandala để Hoàn thành các vị Bổn Tôn Phẫn Nộ tại nghĩa địa rừng ở ẩn thất Chimpu phía trên Samye.[30] Sau đó, Nhà vua cùng với đoàn tùy tùng hoàng gia đã đạt được những năng lực tâm linh đặc biệt nhờ màn trình diễn này. Vào những dịp khác như vậy, tại Kharchu ở Lhodrak, Shoto Titro

---

29 Xem chú giải cho "Tam Tạng".

30 Tám Mandala để hoàn thành các vị bổn tôn phẫn nộ (*sgrub pa bka' brgyad kyi dkyil 'khor*) là các mandala của tám vị thiền tôn phẫn nộ chính (Skt: *heruka*) của lớp tantra Mahayoga của truyền thống Nyingma. Tám mandala của các vị hộ Phật này là: 1) Thân của Văn Thù Sư Lợi (*'jam dpal sku*); 2) Ngữ hoa sen (*pad ma gsung*); 3) Tâm hoàn hảo (*yang dag thugs*); 4) Phẩm chất của Cam lồ (*bdud rtsi yon tan*); 5) Hoạt động dao găm huyền bí (*phur pa phrin las*); 6) Mẹ phù thủy (*ma mo rbod gtong*); 7) Chú nguyện rủa hung dữ (*dmod pa drag sngags*); 8) Lời ca ngợi thế tục (*'jig rten mchod stod*).

ở Drigung và Drakar ở Domey, Đức Padmasambhava đã giảng dạy về *Mật điển Vô song*. Trong những giáo lý sâu sắc này, khi Đức Thầy chuyển Bánh xe Pháp, hai mươi lăm đệ tử chính của ngài cùng với đám đông tràn ngập sườn núi đã đạt được những cấp độ chứng ngộ cao hơn.

Nhà vua, Viện trưởng, và Đạo Sư cùng với các dịch giả, Kawa Paltsek, Chokro Lui Gyaltsen và Zhang Yeshe De là những người đi đầu của Phật giáo ở Xứ Tuyết. Bằng cách dịch và phổ biến những lời của Đức Phật và các bình luận của họ bằng tiếng Ấn Độ, họ đã vượt qua những thế lực tiêu cực đã ngăn cản giáo lý bén rễ ở Tây Tạng. Các bản dịch kinh điển, mật điển và các văn bản giải thích của họ bao gồm Truyền thống Dịch thuật Trước, còn được gọi là truyền thống Nyingma.

Truyền thống Nyingma Sau này

Truyền thống Nyingma bao gồm một dòng truyền thừa mở rộng các truyền khẩu tuần tự từ Đức Phật được dịch trong thời kỳ dịch thuật trước, một dòng truyền thừa trực tiếp các bản văn kho tàng được tiết lộ, và một chu kỳ sâu sắc của các linh kiến thanh tịnh. Ba chu kỳ giáo lý này bao gồm toàn bộ kinh điển và hướng dẫn của Nyingma. Nền tảng văn bản cho các chu kỳ giáo lý cổ xưa này là các truyền khẩu của *Tóm tắt Ý nghĩa của các Kinh, Mật pháp Guhyagarbha Mayajala* và mười tám *Mật điển Dzogchen (Đại Viên Mãn)*.[31]

Các truyền khẩu của các chu kỳ này đã được Jnana Kumara của Nyag tiếp nhận từ Padmasambhava, Vimalamitra, Vairochana và Yudra Nyingpo. Vào thế kỷ thứ chín, Nubchen Sangye Yeshe và sau đó là Zur Shakya Jungnay đã tiếp nhận các truyền khẩu hoàn chỉnh của Truyền thống dịch thuật trước và thông qua các tác phẩm của họ, họ đã làm cho các giáo lý của ba dòng truyền thừa chính này trở nên nổi tiếng khắp Tây

---

31 Tựa đề tiếng Tạng: *mdo sgyu sems gsum.*

Tạng.[32] Với sự xuất hiện của dịch giả Rongzom Chokyi Zangpo (1012-88) vào thế kỷ thứ mười một, và bậc thầy sáng giá của thế kỷ thứ mười bốn Longchen Rabjam Drimed Odzer (1308-63), dòng dõi tuần tự của giáo lý Kim Cương thừa bí mật của Nyingma đạt đến một tầm cao mới.

Vào năm 1159, Kadampa Deshek Sherab Senge (1122-92) đã thành lập trụ sở kim cang vĩ đại của Tu viện Kathok ở miền Đông Tây Tạng; vào năm 1632, người nắm giữ nhận thức Dzogchen Ngaki Wangpo (1580-1639) đã thành lập Tu viện Jangter hay Thubten Dorje Drak ở miền Trung Tây Tạng; vào năm 1665, Rigdzin Kunzang Sherab vĩ đại đã thành lập Tu viện Palyul ở miền Đông Tây Tạng; vào năm 1675, người tiết lộ kho tàng vĩ đại Terdak Lingpa (1646-1714) đã thành lập Tu viện Mindro Ling ở miền Trung Tây Tạng; vào năm 1684, bậc thầy vĩ đại thành tựu Dzogchen Padma Rigdzin (1625-97) đã thành lập Tu viện Dzogchen ở miền Đông Tây Tạng; và vào năm 1734, hóa thân thứ hai của Shechen Rabjam, Shechen Gyaltsen Pema Namgyal đã thành lập Tu viện Shechen ở miền Đông Tây Tạng. Những tòa nhà tu viện này đóng vai trò là nguồn cho dòng sông Nyingma chảy xiết. Cùng nhau, chúng đại diện cho sự tráng lệ của Truyền thống Dịch thuật Trước và cách những giáo lý và thực hành này lan truyền khắp Tây Tạng.

Đặc biệt, dòng truyền thừa tuần tự của Nyingma đã trải qua một thời kỳ phục hưng với sự xuất hiện của nhân vật vĩ đại thế kỷ XIX Jamgon Mipham Rinpoche. Nắm bắt được chủ đích của cả Rongzom Chokyi Zangpo và Longchen Rabjam thông qua các tác phẩm của mình, Mipham Rinpoche đã khẳng định sự vắng bóng của những quan điểm sai lệch. Ngày nay, các tác phẩm của ông tạo nên cốt lõi của chương trình giảng dạy học

---

32 Ba dòng truyền thừa chính của truyền thống Nyingma hay Phiên dịch Trước (*snga 'gyur*) là: 1) dòng truyền thừa tuần tự những lời dạy của Đức Phật (*ring brgyud bka' ma*); 2) dòng truyền thừa trực tiếp các bản văn kho tàng được tiết lộ (*nye brgyud gter ma*); 3) dòng truyền thừa sâu sắc những linh kiến thanh tịnh (*zab mo dag snang*).

thuật Nyingma và được coi là có thẩm quyền để tìm hiểu cả hệ thống triết học Phật giáo cũng như phi Phật giáo.

QUAN ĐIỂM VÀ THỰC HÀNH CỦA TRUYỀN THỐNG DỊCH THUẬT TRƯỚC

Dzogchen: Sự Viên Mãn Vĩ đại

Mặc dù việc khám phá các quan điểm và thực hành phức tạp của hệ thống triết học và thiền định Nyingma nằm ngoài phạm vi của chương này, tôi muốn giới thiệu ngắn gọn về một số nguyên tắc cơ bản có nguồn gốc từ giai đoạn dịch thuật đầu tiên. Để bắt đầu, truyền thống bình luận Nyingma dựa toàn bộ tiến trình thực hành của mình vào *Ma trận Bí ẩn hay Guhyagarbha Tantra (Bí Mật Tạng Pháp)* và *Hiện thân của Kinh điển.*[33] Mặt khác, truyền thống bình luận Sarma dựa trên các thực hành mật tông của giai đoạn dịch thuật sau này bao gồm Sáu Yoga, Năm Giai đoạn, và Đạo Lộ và Kết Quả của nó.[34] Với điều này trong tâm trí, chúng ta có thể bắt đầu khám phá hệ thống Dzogchen đặc biệt của Nyingma.

Dzogchen được chia thành các thực hành Trekcho hay cắt xuyên qua sự thanh tịnh nguyên khôi, và Thogal, thực hành trực tiếp vượt qua tiến đến sự hiện diện tự phát. Trong khi con đường Thogal nhấn mạnh đến sự giải thoát tức thời thông qua việc áp dụng nỗ lực, Trekcho dễ dàng xóa bỏ sự cứng nhắc và kháng cự để bản chất thanh tịnh nguyên khôi của chính mình tỏa sáng. Cùng nhau, những điều này tạo nên con đường Dzogchen

---

33 Tựa đề tiếng Tạng: *gsang snying dang 'dus mdo.*

34 Tựa đề tiếng Tây Tạng: *sbyor drug, rim lnga, lam 'bras.* Đây là ba hệ thống mật tông bí truyền: Sáu Yoga là những chỉ dẫn theo *Kalachakra Tantra;* Năm Giai đoạn là những chỉ dẫn từ Father Tantra (Mật điển Cha); Đạo và Quả hay Lamdre là những chỉ dẫn từ truyền thống Sakya.

của tự do an tâm thư thái mà không cần nỗ lực, và là những thực hành chính của truyền thống Nyingma.

Để tiến hành những thực hành này về sự thanh tịnh nguyên khôi và sự hiện diện tự phát, và nhận ra bản chất của nhận thức của chính mình, cần phải nhận được hướng dẫn chỉ ra từ một vị thầy đủ tiêu chuẩn. Cái được gọi là «Dzogchen» hay «Sự hoàn hảo vĩ đại» là bản chất không giới hạn của chính mình. Đây là nhận thức trống rỗng trần trụi bẩm sinh, sự hoàn hảo tuyệt đối của hiện tượng thực tại bao gồm không gian rộng lớn của luân hồi và niết bàn. Vì bản chất của nhận thức của chính mình là không được tạo ra, và không được sáng chế theo bất kỳ cách nào, nên nó có thể duy trì sự thoải mái tự do trong trạng thái tự nhiên của nó. Thực hành nhận ra sự hiện diện hay vắng mặt của các chuyển động lan man không mạch lạc của tâm trí, mà không kìm nén hay ngăn chặn, chấp nhận hay từ chối, là thực hành duy trì nhận thức trống rỗng trần trụi, con đường kỳ diệu của Dzogchen.

Trong khi đạo lộ phi thường của Dzogchen bao gồm sự tích lũy trí tuệ, thì con đường chung bao gồm việc thực hành các lực lượng liên minh của lòng từ ái và lòng bi mẫn. Hơn nữa, thành quả của thiền Dzogchen được biểu thị bằng các dấu hiệu tự biểu hiện của thành công xuất hiện thông qua sự tích lũy cả công đức và trí tuệ. Tương tự như vậy, thực hành mà qua đó một người duy trì hai sự tích lũy này đạt đến đỉnh cao với bốn tầm nhìn: 1) hiện thực hóa bản chất tối thượng của thực tại; 2) làm phong phú thêm các trải nghiệm thiền định của mình; 3) đạt đến sự biểu hiện đầy đủ của nhận thức; 4) làm cạn kiệt bản chất tối thượng của thực tại.[35] Ngoài bốn tầm nhìn này, còn có bốn cấp độ của một người nắm giữ trí tuệ, cuối cùng

---

35 Bốn tri kiến (*snang bzhi*) của thực hành Dzogchen là: 1) hiện thực hóa bản chất tối thượng của thực tại (*chos nyid mgnon sum*); 2) làm phong phú thêm những trải nghiệm thiền định của mình (*nyams gong 'phel*); 3) đạt đến sự biểu hiện đầy đủ của nhận thức (*rig pa tshad phebs*); 4) làm cạn kiệt bản chất tối thượng của thực tại (*chos nyid zad pa*).

là sự nhận ra sự bao la phổ quát cơ bản của các hiện tượng, sự không thể
chia cắt của luân hồi và niết bàn.[36] Kết quả cuối cùng của thực hành này
là khám phá ra vương quốc của Samantabhadra, Đức Phật nguyên thủy
(Phổ Hiền).

Những Đặc điểm Riêng biệt của Hành trì Nyingma

Người ta có thể tự hỏi những đặc điểm riêng biệt của phương pháp tiếp
cận phi thường của truyền thống Nyingma là gì. Nhìn chung, tất cả các
truyền thống của Phật giáo Tây Tạng đều duy trì các thực hành cụ thể và
các chỉ dẫn hướng dẫn khác nhau từ cả góc nhìn kinh điển, cũng như từ
góc nhìn của các mật điển. Ví dụ, các thực hành Kim Cương thừa bí mật
của Sarma hoặc Truyền thống Dịch thuật Sau này nhấn mạnh vào việc
nới lỏng các nút thắt và ràng buộc của các kênh, luồng gió và tinh chất
bên trong. Các thực hành này bao gồm các thủ tục du già cực kỳ tinh tế và
nhẹ nhàng để giao tiếp với các vị bổn tôn mật tông thông qua các cử chỉ
tay và cơ thể. Trong hệ thống Nyingma Dzogchen, nếu một hành giả biết
cách nghỉ ngơi hoàn hảo mà không cần nỗ lực, thì không cần phải cố tình
tháo gỡ các kênh, luồng gió, và tinh chất. Khả năng đạt được sự chứng ngộ
và vượt qua các cấp độ của người nắm giữ nhận thức mà không cần thực
hiện các cử chỉ chính xác bằng tay và cơ thể là một đặc điểm riêng biệt
của thiền Dzogchen.

    Chỉ khi một hành giả dựa vào một con đường mật giáo bao gồm các
kỹ thuật nới lỏng các nút thắt bên trong trong các kinh mạch, luồng khí
và tinh chất thì mới cần được hướng dẫn bởi trí tuệ của đại lạc xuất hiện
thông qua việc dựa vào một vị phối ngẫu trí tuệ nữ thực sự, hoặc các cử chỉ

---

36 Bốn cấp độ của một bậc trì giữ chánh niệm hay vidyadhara (*rig 'dzin rnam pa bzhi go
'phang*) là: 1) bậc trì giữ trí tuệ trưởng thành (*rnam smin rig 'dzin*); 2) bậc trì giữ trí tuệ bậc
thầy của sự sống (*tshe bang rig 'dzin*); 3) bậc trì giữ trí tuệ dấu ấn biểu tượng (*phyag chen rig
'dzin*); 4) bậc trì giữ trí tuệ hiện diện tự phát (*lhun grub*).

tay và cơ thể tượng trưng cụ thể. Đối với một hành giả du già Dzogchen đích thực, không cần phải dựa vào một vị phối ngẫu trí tuệ vật lý hoặc việc thực hiện các cử chỉ tượng trưng vì con đường Dzogchen cuối cùng là không cần nỗ lực. Tuy nhiên, các truyền thống Phật giáo Tây Tạng tantra khác ngoài Nyingma dựa vào các vị phối ngẫu trí tuệ vật lý hoặc các cử chỉ tượng trưng để đạt đến đỉnh cao của sự chứng ngộ một cách nhanh chóng. Điều này có nghĩa là Nyingma cho rằng các vị phối ngẫu trí tuệ vật lý và các cử chỉ tượng trưng là không cần thiết trong khi các truyền thống Sarma coi chúng là thiết yếu. Tuy nhiên, ngày nay, việc có một vị phối ngẫu trí tuệ vật lý là được phép và thậm chí được coi là cần thiết đối với các hành giả của cả hai truyền thống Sarma và Nyingma. Yếu tố sâu sắc này phân biệt cách tiếp cận mật pháp phi thường của Nyingma với các truyền thống Sarma. Vì lý do này, các kỹ thuật châm vào các huyệt đạo, luồng khí, và tinh chất là rất quan trọng.

Nyingma và Sarma

Vào năm 901, Vua Tây Tạng Lang Darma bắt đầu cuộc đàn áp Phật giáo dai dẳng, và các cộng đồng tu sĩ Phật giáo ở miền Trung Tây Tạng đã bị phá hủy và biến mất. Sau đó, vào năm 973, những tàn dư của truyền thống Nyingma cũ đã được khơi dậy trở lại ở các vùng thấp hơn của Đông và Viễn Đông Tây Tạng. Cuối cùng, Phật giáo bắt đầu lan truyền trở lại ở miền Trung Tây Tạng. Sự bùng cháy trở lại của Phật giáo Tây Tạng này được chỉ định là giai đoạn truyền bá và phổ biến sau này. Sau giai đoạn phục hồi này, các tác giả vĩ đại của truyền thống Nyingma như Rongzom Chokyi Zangpo và các dịch giả như Rinchen Zangpo (957-1055), Ngog Loden Sherab (1059-1109) và Drogmi Lotsawa (993-1050) đã hồi sinh Phật giáo ở Tây Tạng. Các bản dịch và biên soạn các chu kỳ tantra, bình luận, sách hướng dẫn thiền định và các văn bản hướng dẫn khác nhau từ thời kỳ này hình thành nên cái được gọi là "Sarma" hoặc Truyền thống dịch thuật mới.

Trong quá khứ, Phật giáo Tây Tạng có tám dòng tu lớn về thực hành.[37] Tuy nhiên, hiện nay những chỉ dẫn chung từ một số dòng tu này như Kadam và Zhije đã không còn được duy trì và không còn tiếp tục nữa, trong khi những dòng tu khác đã được đồng hóa vào các truyền thống đang tồn tại. Các dòng tu còn lại của truyền thống Sarma là Sakya, Kagyu, Jonang và Geluk.

Sự truyền tải của dòng truyền thừa người-nắm-giữ-nhận thức
là cam lồ- tâm của Padmasambhava,
Những chỉ dẫn siêu việt nhất này giải thoát thân thô thiển
thành thân ánh sáng!
Thông qua sáu sự truyền thừa bí mật vĩ đại của Nyingma,
Thế giới thiêng liêng của những dòng sông băng trắng được làm đẹp!

---

37 Tám dòng truyền thừa thực hành vĩ đại này hay tám truyền thống Phật giáo độc lập phát triển mạnh mẽ ở Tây Tạng là: 1) Nyingma; 2) Kadam; 3) Marpa Kagyu; 4) Shangpa Kagyu; 5) Sakya; 6) Jordruk hay Sáu Yoga; 7) Nyendrub; 8) Zhije và Chod.

TRUYỀN THỐNG SAKYA

LỊCH SỬ CỦA TRUYỀN THỐNG SAKYA

Sự Thành lập của Tu viện Sakya

Choje Drakpa Gyaltsen đã viết về Sakya,

> *Đất Trắng giống như khuôn mặt của một con sư tử,*
> *Sakya vinh quang là thân của con sư tử này.*
> *Nơi mà những mong ước của sáu cõi được thỏa mãn*
> *Là nơi Vajradhara (Phật Kim Cang Trì) ngự trị.*

Một ngày nọ, khi đức Tivamkara đang đi bộ dọc theo lề đường ở Tây Tạng, ngài nhìn thấy hai con yak (bò Tây Tạng) hoang dã trên Núi Ponpori, và tiên đoán rằng trong tương lai, những con yak này sẽ trở thành hai vị hộ pháp Mahakala (Đại Hắc Thiên) , những người sẽ thực hiện các hoạt động giác ngộ tuyệt vời. Sau đó, ngài đã phủ phục và dâng lễ vật để làm giàu cho vùng Đất Trắng ở khu vực này. Nhận thấy một linh tự "Hri", bảy linh tự "Dhi" và một linh tự "Hum" được khắc trên sườn núi, Tivamkara đã tiên tri rằng một biểu hiện của Đức Avalokiteshvara (Quán Thế Âm), bảy biểu hiện của Đức Manjushri (Văn Thù Sư Lợi) và một biểu hiện của Đức Vajrapani (Kim Cang Thủ) sẽ xuất hiện ở khu vực này để mang lại lợi ích to lớn cho chúng sinh.

Có một người nắm giữ dòng truyền thừa mật tông Nyingma tên là Khon Shakya Lodro, người có hai người con trai như mặt trời và mặt trăng. Con trai lớn tuổi của ông là Sherab Tsultrim, và con trai trẻ của ông là Khon Konchok Gyalpo (1034-1102). Khi Khon Konchok Gyalpo đang xem một buổi biểu diễn múa ở Drolung, ông đã có một linh kiến về những chiếc mặt nạ khác nhau của hai mươi tám nữ thần Shvara. Vì việc tiết lộ truyền thống mật tông bí mật của Nyingma được coi là không hợp , ông được khuyên nên nghiên cứu các mật tông của Sarma hoặc các bản dịch sau này. Ông đã nghiên cứu các lớp khác nhau của các mật tông mới từ Drogmi Lotsawa và Gokhukpa Lhatse, và trở thành một bậc thầy rất uyên bác và giác ngộ. Sau đó, vào năm 1073, ở tuổi bốn mươi, trên một sườn núi được gọi là "Labonpo" có các đặc điểm giống như một con voi đang ngủ với Trái đất trắng có hình dạng giống như khuôn mặt của một con sư tử trên vai phải, Khon Konchok Gyalpo đã xây dựng tu viện lớn Sakya. Kể từ khi thành lập tu viện này, những người nắm giữ dòng dõi và hành giả từ nơi này đã gọi truyền thống của họ là "Sakya", nghĩa đen là "Đất trắng".

Các bậc Thầy dòng Sakya

Vào tuổi năm mươi chín, Khon Konchok Gyalpo có một người vợ thứ hai, người đã sinh ra con trai của họ là Sachen Kunga Nyingpo (1092-1158). Sau khi Khon Konchok Gyaltsen qua đời, vì con trai ông còn quá nhỏ để kế thừa dòng dõi gia đình, Lotsawa Rinchen Drag đã đảm nhiệm vai trò lãnh đạo Sakya trong chín năm. Khi còn trẻ, Jetsun Kunga Nyingpo sở hữu những phẩm chất khác thường đối với một đứa trẻ và được mọi người yêu mến. Ông đã nhận được nhiều giáo lý từ cha mình khi còn sống, và ông đã nhận được hướng dẫn về thực hành Tách khỏi Bốn Chấp trước từ một linh kiến của Đức Văn Thù Sư Lợi trong khi thiền định trong một khóa tu kéo dài sáu tháng. Những hướng dẫn này đã giúp ông đột nhiên hiểu được tất cả các điểm thiết yếu trên con đường của Trí tuệ Siêu việt hay Prajnaparamita (Bát nhã Ba la Mật đa). Cuối cùng, ông trở thành người kế vị thứ ba của Tu viện Sakya và được biết đến là một trong những bậc thầy vĩ đại của dòng dõi Sakya.

Kunga Nyingpo đã đạt đến trình độ chứng ngộ cao trên con đường đạo lộ và các giai đoạn phát triển tâm linh, và để lại ấn tượng sâu sắc cho truyền thống Sakya sau này. Ông cũng có ba người con trai, người lớn tuổi nhất là Sonam Tsemo (1142-82), sau đó là Drakpa Gyaltsen (1147-1216) và Palchen Odpo (sinh năm 1150). Con trai út của Kunga Nyingpo, Palchen Odpo có hai người con trai, người lớn tuổi nhất là Sakya Pandita Kunga Gyaltsen (1182-1251), ngài là học giả Tây Tạng nổi tiếng đầu tiên.

Sakya Pandita đã xuất sắc trong việc nghiên cứu các truyền thống kinh điển giống như đại dương của cả hệ thống triết học Phật giáo cũng như phi Phật giáo, và ở tuổi hai mươi bảy đã được Kashmiri Pandita Shakya Shri thụ phong tại Đền Nyangtod Gyangon. Ông đã dành cả cuộc đời để truyền bá giáo lý của Đức Phật không chỉ trên khắp Tây Tạng mà còn trên khắp Mông Cổ. Là một trong những học giả vĩ đại nhất của Tây Tạng, ông được biết đến vì đã duy trì giáo lý Phật giáo và đã đánh bại những người theo đạo Hindu cực đoan trong cuộc tranh luận, những người ủng hộ niềm tin vào một vị thần sáng tạo toàn năng. Mặc dù ông đã sáng tác nhiều tác phẩm, nhưng trong số những tác phẩm nổi tiếng nhất của ông có *Kho tàng về Khoa học Nhận thức luận*, *Phân loại Ba lời Nguyện* và *Kho tàng Quý giá về những Lời Giải thích hùng hồn*.[38] Xem xét nhiều thành tựu của ông, đóng

---

38 Tựa đề tiếng Tạng: *tshad ma rigs gter; sdom gsum rab dbye; legs par bshad pa rin po che'i gter.*

góp to lớn nhất của Sakya Pandita là việc ông phát triển một truyền thống mới để giải thích các khoa học Phật giáo cổ điển.

Palchen Odpo sau đó có một người con trai tên là Zangtsha Sonam Gyaltsen (sinh năm 1235). Ngay từ khi mới sinh ra, Zangtsha Sonam Gyaltsen đã được coi là một người bảo vệ vĩ đại của chúng sinh và là người sẽ duy trì những giáo lý cao siêu của sự giác ngộ. Ông đã tiếp nhận và học các truyền thống kinh điển của cả hiển giáo và mật giáo từ người chú của mình là Sakya Pandita, và tiếp tục đạt được những năng lực lực ma thuật tối cao. Ông cũng truyền bá giáo lý của Đức Phật khắp Mông Cổ và được Hoàng đế trao tặng danh hiệu "Tishri" hay "Đế Đạo sư". Trong khi ở cung điện của Hoàng đế tại Mông Cổ, Zangtsha Sonam Gyaltsen đã ban ba lần Quán đảnh Kim Cang. Quán đảnh đầu tiên làm Hoàng đế hài lòng đến nỗi ông trao cho ông quyền lực đối với mười ba vị giữ ngai vàng của Tây Tạng, bao gồm cả các vùng phía nam và phía bắc, Gurmo, Chumig, Shangs, Zhwalude là sáu vị giữ ngai vàng của Tsang, Gyama, Drikung, Tsalwa, Tangspoche, Phagmodru, Yazangde là sáu vị giữ ngai vàng của U và các vùng du mục phía trên của Taklung. Đối với quán đảnh thứ hai, Hoàng đế trao cho ông quyền lực đối với ba tỉnh của Tây Tạng và đối với quán đảnh thứ ba, ông được trao cho các vùng thuộc địa của Trung . Kể từ đó, những người kế vị Sakya đã thừa hưởng cả quyền lực chính trị và tâm ở Tây Tạng.

Năm vị tổ của truyền thống Sakya là Sachen Kunga Nyingpo, Sonam Tsemo, Dragpa Gyaltsen, Sakya Pandita và Chogyal Phakpa (1235-80). Trong số năm vị này, Sachen Kunga Nyingpo, Sonam Tsemo và Dragpa Gyaltsen đều là cư sĩ, vì vậy họ được gọi là "ba người trắng" trong khi cả Sakya Pandita và Chogyal Phakpa đều là tu sĩ thụ phong, vì vậy họ được gọi là "hai người đỏ". Khon Konchok Gyalpo ban đầu thành lập Tu viện Sakya, Kunga Nyingpo thiết lập truyền thống, Sonam Tsemo và Drakpa Gyaltsen phát triển và truyền bá truyền thống, và cả Sakya Pandita và cháu trai của ông là Zangtsha Sonam Gyaltsen đều giành được quyền lực chính trị và tinh thần của truyền thống.

Truyền thống Sakya có nhiều bậc thầy vĩ đại bao gồm Kunkhyen Gorampa Sonam Senge (1429-89), Rongton Sheja Kunrig (1367-1449), Yaktruk Senge Pal, Remdawa Shonu Lodro, Chim Jamyang, Tsonang Sherab Zangpo, cũng như nhiều người khác. Những học giả và bậc thầy giác ngộ này có thể so sánh với các bậc thầy Phật giáo vĩ đại của Ấn Độ như Sáu Trang Nghiêm và Hai Ưu Tú, và tất cả họ đều có đóng góp to lớn cho sự phát triển của giáo lý Đức Phật ở mọi phương diện.

QUAN ĐIỂM VÀ THỰC HÀNH CỦA TRUYỀN THỐNG SAKYA

Phương pháp Hiển Lamdre

Trước hết, Jamgon Sakya Pandita và Rongton Sheja Kunrig chủ yếu ủng hộ quan điểm triết học của Svatantrika Madhyamaka (Trung Quán Tự Quản Tông). Tuy nhiên, Jetsun Remdawa Shonu Lodro ủng hộ quan điểm của Prasangika Madhyamaka (Hệ Quả Trung Đạo Phái). Ngày nay, nhiều bậc thầy Sakya khi giải thích quan điểm triết học của Lamdre hay Đạo Lộ và Kết Quả của nó đều đồng ý rằng quan điểm này đơn thuần là thoát khỏi mọi kiến lập.

Giai đoạn đầu tiên của việc thực hành con đường đạo bao gồm việc học cách đảo ngược và kiềm chế những điều không tốt thông qua sự hiểu được việc tìm kiếm sự tự do và cơ hội của một cuộc sống con người quý giá khó khăn như thế nào, nhận ra sự không thể sai lầm của nhân quả, biết những khiếm khuyết của luân hồi và vun đắp lòng từ ái và bi mẫn. Giai đoạn tiếp theo bao gồm việc vượt qua niềm tin vào một bản ngã trường tồn. Để làm được điều này, một hành giả cần nhận ra cách tâm trí tập trung vào năm phần tử yếu tố cấu tạo hợp thành một cá nhân và coi những thành phần này là thật sự hiện hữu. Ví dụ, nếu các thành phần yếu tố cấu tạo của một người tự chủ là thật có một cách cố hữu, thì những thành phần khác nhau này có thể tồn tại mà không phụ thuộc vào các nguyên nhân hoặc điều kiện. Bởi vì dễ hiểu là tâm và thân của một cá nhân bao gồm nhiều ảnh hưởng và yếu tố khác nhau, và vì chúng được tạo thành từ các nguyên nhân và điều kiện, nên có thể hiểu được cách tại sao chúng thiếu sự tồn tại cố hữu.

Theo cách này, một hành giả quán chiếu nhiều lần để xác định cách năm thành phần của một cá nhân phát sinh từ các nguyên nhân và điều kiện, và do đó, cá nhân đó thiếu sự tồn tại cố hữu hoặc thực sự hiện hữu như thế nào. Bằng cách nhận ra mọi hiện tượng thiếu sự thật có như thế nào, người ta đi đến sự hiểu biết về bản chất siêu việt thực tại của các pháp (hiện tượng). Sự thiếu vắng cuối cùng của sự tồn tại cố hữu này là trạng thái trống rỗng tự nhiên của tâm. Đó là sự tan biến của các tạo tác của tư tưởng. Bất kể niềm tin về cách mọi thứ hiện hữu hay không hiện hữu, cách mọi thứ là hay không là, bất kể những suy nghĩ lan man nào có thể xảy ra, vì không có sự tham chiếu hay hỗ trợ, nên không có đặc điểm hoặc tạo tác phân biệt nào của tâm có thể được tập trung vào. Đây là cách một hành giả tiến triển trên con đường thiền định theo cách tiếp cận của giáo lý kinh điển.

Phương pháp Mật giáo Lamdre

Để giải thích ngắn gọn về con đường thiền Lamdre theo quan điểm của mật giáo: một hành giả ban đầu sẽ tìm kiếm đi tìm kiếm lại các khía cạnh bên trong các khuynh hướng và năng lực của tâm trí. Sau đó, nếu một người kiểm tra kỹ lưỡng, sẽ không tìm thấy gì. Điều này là do nhận thức sáng suốt của tâm trí chỉ là chuyển động, sự hiểu biết, sự sáng suốt, và trí thông minh. Nhìn thấy khía cạnh duy nhất này của tâm trí được gọi là nhận thức bản chất trống rỗng của tâm trí. Khi trải nghiệm sự trống rỗng của tâm trí, một hành giả nhìn trực tiếp vào bản chất trống rỗng của tâm trí, không phải là trạng thái hư vô hay trống rỗng, mà là sự sáng suốt và nhận thức trần trụi. Nhận ra cách cả sự sáng suốt và sự trống rỗng hợp nhất và hòa quyện không thể tách rời trong bản chất sáng suốt của nhận thức được gọi là "khai tâm thông thường".

Khai tâm phi thường là nhận ra nhận thức nguyên sơ bẩm sinh đích thực của chính mình. Đây không phải là nhận thức thông thường của một người hay chỉ đơn giản là nhận thức ảo tưởng của tâm trí, mà đúng hơn là nhận ra sự hợp nhất không ảo tưởng của sự trống rỗng và sự sáng suốt của tâm trí tại thời điểm cơ bản của nó. Trong kinh điển và mật điển, điều này được gọi là "sự thanh lọc hoàn toàn của tâm", "Phật tính", "ánh sáng tự nhiên của tâm", "tâm trí kiên định", "sự liên tục của toàn thể nền tảng", hoặc "nền tảng phổ quát của nhận thức". Mặc dù chúng sinh đã gắn bó mật thiết với phẩm chất không mê lầm của tâm trí họ từ thời vô thủy, nhưng họ đã không nhận ra điều này. Thông qua sự khai tâm, có sự nhận ra sự hợp nhất của nhận thức về tính không sáng ngời bẩm sinh. Trải nghiệm nghỉ ngơi trong sự bình thản này không có sự cố định hoặc bất cứ điều gì để cố định được gọi là "con đường bất khả phân của luân hồi và niết bàn".

Theo đó, có ba điểm thiết yếu để có được quan điểm. Đầu tiên là xác định cách các hình tướng và tham chiếu của tâm được xây dựng, và thiết lập thông qua kinh điển và lý luận về cách vô minh của tâm tạo ra mọi hình tướng của các hiện tượng bên ngoài. Tiếp theo là xác định thông qua các ví dụ và các giả định luận lý về cách mọi hiện tượng bên ngoài không thể được thiết lập là thực sự tồn tại, và cách bản chất bên trong của tâm trí là trống rỗng bằng cách thiền định về bản chất của tính Không. Cuối cùng, điểm thứ ba là xác định cách hiện hữu được tạo ra do những ý tưởng sai lệch về cách thực tại thực sự hiện . Điều này dẫn đến nhận thức về cách cả người cố định và đối tượng cố định đều thiếu sự hiện có nội tại, và cách nhận thức phát sinh thông qua sự phụ thuộc lẫn nhau vào tất cả các hiện tượng có điều kiện.

Cái gì có điều kiện thì không có sự hiện hữu thực sự hoặc nội tại. Tương tự như vậy, cái không có điều kiện phải thiếu sự hiện hữu nội tại. Vì không có gì không phụ thuộc vào cái có điều kiện, và vì thậm chí không có một khía cạnh nào của cái không có điều kiện không phụ thuộc vào cái có điều kiện, nên cả cái có điều kiện và cái không có điều kiện đều là sự quy kết cho tính hông. Điều này được cho là nhận thức về sự kết nối, quan điểm về cách luân hồi và niết bàn không thể tách rời và thoát khỏi hai thái cực.[39] Sự nhận thức không thể sai lầm về thực tại theo cách này là không thể diễn tả được vì sự giải quyết cuối cùng của quan điểm này vượt ra ngoài suy nghĩ.

Đây là lời giải thích ngắn gọn về quan điểm và thực hành phi thường của truyền thống Sakya. Với điều này trong tâm trí, điều quan trọng là phải biết rằng không có sự khác biệt nhỏ nhất nào trong các thực hành từ bỏ và phát khởi tâm giác ngộ giữa các truyền thống Phật giáo Tây Tạng khác nhau, cũng như không có sự khác biệt nào trong quả vị tối thượng của chúng.

Cái nhìn kim cang của kinh điển và lý luận
Đây là thứ phá hủy những ngọn núi đá của những quan điểm sai lệch!
Sakya vinh quang đã nắm giữ cái ấn biểu thị cho lời dạy của Đức Phật,
Và sắc lệnh của cả hai truyền thống tâm linh và thế tục ở vùng đất
mát Tây Tạng!

---

39 Hai thái cực (*mtha' gnyis*) là thái cực của chủ nghĩa tuyệt đối (*rtag mtha'*) hay quan điểm cho rằng mọi vật thực sự hiện hữu, và thái cực của chủ nghĩa hư vô (*chad mtha'*) hay quan điểm cho rằng không có gì thực sự hiện hữu.

TRUYỀN THỐNG KAGYU

LỊCH SỬ TRUYỀN THỐNG KAGYU

Marpa, Milarepa, và Gampopa

Marpa Lotsawa, Jetsun Milarepa và Dakpo Gampopa được biết đến là ba vị tổ sư tâm linh của truyền thống Kagyu. Dakpo Rinpoche, hay còn gọi là Gampopa (1079-1153), đầu tiên nhận được hướng dẫn khẩu truyền từ truyền thống Kadampa trực tiếp từ bậc thầy của mình là Jetsun Milarepa (1040-1123), và sau đó ông nhận được sự truyền dạy của giáo lý Mahamudra (Đại Thủ Ấn) hay Ấn Tượng trưng. Tên của dòng truyền thừa đã duy trì các hướng dẫn thực tế kết hợp các giáo lý Kadampa này với thiền Mahamudra đã được biết đến là truyền thống Kagyu. Mặc dù các hướng dẫn của truyền thống Kagyu có nguồn gốc từ dịch giả Tây Tạng Marpa Chokyi Lodro (1012-97), nhưng tên thực sự của truyền thống này bắt nguồn từ thời Dakpo Lhaje Gampopa.

Marpa Lotsawa sinh năm 1012 tại vùng Lhodrak thuộc Nam Tây Tạng. Khi còn nhỏ, Marpa đã học tiếng Phạn từ Drogmi Lotsawa (993-1050), và sau đó ông đã đến Ấn Độ ba lần để gặp gỡ các học giả và bậc thầy đã chứng ngộ, và để học với các giảng sư như Kashmir Pandita Jnana Akarala. Đặc biệt, ông đã học với và làm hài lòng bậc thầy của mình, đại thành tựu giả Naropa theo ba cách.[40] Giống như một chiếc bình đầy ắp, Marpa đã trở nên tràn đầy với những lời dạy mà ông nhận được từ Naropa. Người ta đã tiên tri rằng ông sẽ giương cao ngọn cờ chiến thắng và thiết lập một truyền thống ở vùng đất phía bắc Tây Tạng.

Tại Thành phố Hoa Trang Nghiêm, trong khi ban quán đảnh Hevajra (Hô Kim Cang), đại hành giả du già Naropa đã biểu hiện mandala Hevajra thực sự của các vị bổn, và hỏi người con trai tâm linh của mình là Marpa rằng ông muốn nhận quán đảnh từ ai, hoặc chính vị bổn tôn hoặc vị thầy gốc của ông. Marpa nghĩ rằng ông muốn nhận quán đảnh từ vị bổn tôn trước, và sau đó là từ vị thầy của mình, vì vậy ông đã thỉnh cầu vị bổn tôn thực hiện quán đảnh. Naropa sau đó thu nhỏ mandala vào trung tâm trái tim của mình, và nói với đệ tử Marpa rằng không ai quan trọng hơn vị thầy gốc của mình, vì chính vị thầy của mình là nguồn gốc của mọi gia hộ.

Trong khi ban quán đảnh Hevajra, Naropa nói với Marpa rằng dòng dõi những người kế thừa tâm linh của ông sẽ tồn tại lâu dài và có nhiều hậu duệ vĩ đại trong khi dòng dõi gia đình ngài sẽ sớm diệt vong. Mặc dù Marpa có một người con trai tên là Dharma Dodey đã mất khi còn trẻ, truyền thống Kagyu vẫn tiếp tục cho đến ngày nay. Bốn người đệ tử tâm huyết của Marpa Chokyi Lodro là Ngogton Chokyi Dorje từ Zhung, Tsulton Wangnge từ Dol, Meton Tsonpo từ Tsangrong và Milarepa từ Gungthang. Như Naropa đã tiên tri, Marpa có một người con trai như mặt trời tên là Jetsun Milarepa, một người con trai như mặt trăng tên là

---

40 Ba cách để làm vui lòng (*mnyes pa gsum*) vị thầy tâm linh của mình là: 1) thông qua việc thực hành tâm linh; 2) thông qua việc phục vụ vị thầy của mình; 3) thông qua việc cúng dường vật chất.

Rechung Dorje Drakpa (1083-1161), và những người con trai như các vì sao như Ngan Dzongtonpa Changchub Gyalpo.

Jetsun Milarepa sinh năm 1040 tại Tsangskya Ngatsa. Khi còn nhỏ, cha ông mất và ông được giao cho chú và dì nuôi dưỡng, nơi ông phải đối mặt với những khó khăn to lớn. Về sau, mẹ ông đã gửi ông đi học ma thuật đen với các pháp sư Tsangrong Ngar và Nubs Khulung, và sau khi đánh bại kẻ thù cá nhân của mẹ mình, ông đã gặp được thầy của mình là Marpa. Để thanh lọc những chướng ngại của mình, Marpa đã yêu cầu Milarepa thực hiện vô số nhiệm vụ khó khăn như mang đá trên lưng đi xa và xây dựng rồi phá dỡ các tòa tháp. Milarepa đã thực hiện những nhiệm vụ này và có thể hiểu hoàn hảo những chỉ dẫn của Marpa. Về sau, Milarepa đã du hành khắp Tây Tạng để truyền bá giáo lý mà ông đã học được, và trong suốt cuộc đời, ông đã có thể hiện thực hóa tâm hợp nhất của Vajradhara (Kim Cang Trì).

Dakpo Lhaje Gampopa sinh năm 1079. Khi còn trẻ, ông đã nghiên cứu truyền thống kinh điển Phật giáo và trở thành chuyên gia về khoa học y khoa. Ông kết hôn, và khi vợ ông mất hồi còn trẻ, Gampopa quyết định từ bỏ cuộc sống thế tục và trở thành một nhà sư. Sau khi thọ giới xuất gia từ Loden Sherab, ông đã rất xúc động khi nghe về danh tiếng của Milarepa và khi lòng sùng kính vô bờ bến nảy sinh trong ông, Gampopa bắt đầu tìm kiếm vị hành giả du già nổi tiếng này. Thông qua việc nhận được hướng dẫn đầy đủ dòng truyền khẩu từ Milarepa, những trải nghiệm và sự chứng ngộ đặc biệt đã xuất hiện trong Gampopa. Như Milarepa đã tiên tri, Gampopa đã tiếp tục cư trú tại Tu viện Darji Riwo, nơi ông đã biên soạn nhiều chuyên luận và hoàn thành các hoạt động giác ngộ đã đóng góp rất lớn vào sự phát triển của Phật giáo ở Tây Tạng.

Các Tu viện và các Dòng Phụ

Tu viện của Marpa nằm ở thung lũng Trowo của Lhodrak. Đệ tử của Marpa là Lama Ngakpa và Dakpo Gampopa đã thành lập các tu viện Kagyu sớm nhất. Một trong ba đệ tử chính của Gampopa, Phagmo Drupa Dorje Gyalpo (1110-70) đã thành lập tu viện Dhensa Thil ở Lhoka, Nam Tây Tạng.[41] Ở tuổi tám mươi, Karmapa đầu tiên, Dusum Khyenpa (1110-93) đã thành lập Tu viện Tsurphu ở thung lũng Tolung của Trung Tây Tạng, và đây vẫn là trụ sở tu viện chính của Karmapa ở Tây Tạng.

Ngoài các khu tu viện phức hợp này, truyền thống Kagyu được chia thành nhiều dòng dõi khác nhau. Đệ tử chính của Dakpo Gampopa, Dusum Khyenpa là người đầu tiên trong dòng dõi Karmapa tái sinh liên tiếp. Các đệ tử của Gampopa là Phagmo Drupa, Barom Darma Wangchuk và Zhang Droway Gonpo Yudragpa, đệ tử của đệ tử Gampopa là Gompa Tsultrim Nyingpo, mỗi người đều khởi xướng các dòng phụ chính của riêng mình trong dòng Kagyu, và chúng được gọi là Bốn dòng Kagyu vĩ đại. Taklung Tangpa Tashi Pal (1142-1210), Ling Repa Padma Dorje (1128-88), Trophu Gyaltshab Rinpoche, Zara Kaldan Yeshe Senge, Marwa Drubthob Sherab Yeshe, Yerwa Drubthob Yeshe Tsegpa và Nyamed Gyergom Chenpo đã thành lập tám dòng phụ nhỏ của dòng Kagyu. Vị đại học giả và chứng ngộ Khyungpo Naljor (1002-64) đã du hành đến Ấn Độ, nơi ông nhận được các dấu hiệu và linh kiến của các vị bổn tôn mật tông cùng với các chỉ dẫn hướng dẫn về Sáu Du già của Naropa. Sau đó, ngài xây dựng một tu viện ở quận Yeru, dòng truyền thừa giáo lý của ngài được gọi là Shangpa Kagyu lan rộng khắp Tây Tạng. Cả Shangpa Kagyu này cùng với Marpa Kagyu là hai dòng truyền thừa lớn trong truyền thống Kagyu.

---

41 Jamphal Lodro viết, "Phagmo Drupa được biết đến vì đã đạt được cả quyền lực thế tục và tâm linh ở Tây Tạng."

QUAN ĐIỂM VÀ THỰC HÀNH CỦA TRUYỀN THỐNG KAGYU

Quan Điểm của Mahamudra

Nhìn chung, không có sự khác biệt lớn nào giữa quan điểm và thực hành của các dòng truyền thừa khác nhau của truyền thống Kagyu. Tuy nhiên, đã có những trường hợp các hệ thống triết học riêng lẻ được đưa ra thông qua các quá trình công bằng để bác bỏ quan điểm của người khác, thiết lập quan điểm của riêng mình và phản hồi lại những lời chỉ trích về quan điểm của riêng mình. Điều này đã dẫn đến việc diễn đạt các quan điểm riêng biệt trong truyền thống Kagyu. Tuy nhiên, những sự bác bỏ, thiết lập, và phản hồi này không tạo ra sự chia rẽ giáo phái nghiêm trọng, và thậm chí những lời thiên vị do các nhà thơ và học giả của truyền thống sáng tác cũng giống như những biểu cảm hùng hồn về bản chất của thực tại.

Trên thực tế, trong thời gian thiền định, không có sự khác biệt lớn nào giữa các hệ thống triết học cụ thể được duy trì bởi mỗi một trong năm truyền thống Phật giáo Tây Tạng khác nhau. Mặc dù vậy, các dòng truyền thừa mở rộng của các truyền thống này đã đưa ra những cách diễn đạt hơi khác nhau. Ví dụ, quan điểm của Marpa và Milarepa đóng vai trò là nguồn gốc cho dòng truyền thừa Dakpo Kagyu được phát triển ở Ấn Độ được gọi là quan điểm Prasangika Madhyamaka hay quan điểm Hệ Quả Trung đạo. Những phẩm chất và chiều sâu của quan điểm này đã được hành giả du già Maitripa nhìn thấy rõ ràng khi ông đang suy ngẫm về ý nghĩa của thực tại. Quan điểm này sau đó được Marpa và đệ tử Milarepa kế thừa, những bài ca chứng ngộ của họ hài hòa với quan điểm Prasangika này.

Quan điểm của truyền thống kinh điển là chứng ngộ tính không theo cách tiếp cận của Prajnaparamita (Bát nhã Ba la Mật) hay thừa Trí tuệ Siêu việt, và được gọi là "Mahamudra" hay "Dấu ấn Tiêu biểu". Các tác phẩm của Milarepa, Gampopa, Drikung Kyobpa (sinh năm 1770), Ling

Repa, Karmapa Dusum Sangye và nhiều người khác đều đồng ý, trong khi những người khác như Karmapa Rangjung Dorje thứ ba (1284-1339) khẳng định quan điểm kinh điển về *zhentong* hay tính không bên ngoài. Đặc biệt, Karmapa thứ tám Mikyo Dorje (1507-54) đã nhấn mạnh quan điểm *zhentong* và giải thích thêm về nó trong các tác phẩm của mình. Bởi vì rất nhiều người trong dòng tái sinh Karmapa kế tiếp ủng hộ quan điểm triết học *zhentong*, nên truyền thống Kagyu được coi là đặc biệt thành thạo trong việc diễn đạt *zhentong*. Mặc dù nhiều bậc thầy Kagyu đã duy trì những sắc thái tinh tế về một số điểm quan trọng và sự khác biệt về quan điểm, nhưng khó có thể lập luận rằng quan điểm kinh điển của truyền thống Kagyu không phù hợp với quan điểm *zhentong*.

Thiền Mahamudra (Đại Thủ Ấn)

Cũng là thích hợp khi nói rằng quan điểm của phương pháp tiếp cận mật giáo trong truyền thống Kagyu là Đại thủ ấn. Ngày nay, mặc dù nhiều bậc thầy Kagyu dạy quan điểm *zhentong* từ quan điểm kinh điển, nhưng thực tế không có xung đột nào giữa quan điểm *zhentong* và quan điểm Mahamudra mật tông. Một cách rất đơn giản, thiền Đại thủ Ấn được định nghĩa là quá trình trong đó nhận thức nguyên sơ về đại lạc sáng ngời được tạo ra, và các luồng khí quan trọng đi vào, lưu thông bên trong, và hòa tan vào kinh mạch trung tâm. Đây là thực hành thiết yếu sâu xa nhất của tất cả các phần của các du già mật tông vô song.

Để thiền chính xác theo cách này, trước tiên, một hành giả phải thiết lập và làm sáng tỏ tâm trí tự nhiên. Khi một hành giả để tâm trí nghỉ ngơi trong sự bình thản nhất tâm, các luồng khí quan trọng sẽ đi vào, lưu thông bên trong, và hòa tan vào kênh mạch trung tâm. Điều này sẽ làm nóng cháy nhiệt du già bên trong, tạo ra bốn niềm vui và tạo ra nhận thức nguyên sơ về đại hỷ lạc trong tâm trí tự nhiên.[42] Thông qua trải nghiệm chiêm nghiệm này được gọi là "Thiền trắng đơn của Đức Phật", tính không và hỷ lạc được tích hợp trong sự hợp nhất.

Thiền Mahamudra có một số khác biệt nhỏ trong quy trình ban đầu. Ví dụ, một số hành giả có thể nhận ra tâm trí của mình là bên trong, bên ngoài, là đang tồn tại, là đang tồn tại hoặc đang tan biến trong khi nghỉ ngơi trong sự bình thản. Khoảnh khắc hoàn toàn tin tưởng vào tâm trí tự nhiên này, khi không có gì được nhận thức là tồn tại hay không tồn tại ở bất kỳ đâu được cho là đạt được ý nghĩa của Mahamudra. Khi một hành giả nghỉ ngơi một cách sống động, điểm tĩnh trong thiền định mà không cắt đứt những suy nghĩ trong quá khứ, không để cho những suy nghĩ hiện tại không được sắp đặt, và không chào đón những suy nghĩ trong tương lai, thì bản chất trần trụi của tâm trí được nhận thức. Thời gian thiền định này là thực hành giải quyết chiều sâu của tâm trí. Ngoài ra, còn có thực hành được gọi là "tự giải thoát đồng thời" trong đó một hành giả khuếch đại bất kỳ loại suy nghĩ lan man nào xảy ra và thông qua việc liên tục làm quen, coi bản chất thực sự của những suy nghĩ lan man này là biểu hiện của chiều kích tối thượng của thực tại.

Các bậc thầy thành tựu của truyền thống Kagyu cũng đã tạo ra một khối lượng lớn các tác phẩm chiêm nghiệm dựa trên các mật pháp và các thực hành chính của Mahamudra. Các văn học này bao gồm các tác phẩm về các chủ đề như *Sáu Chu kỳ của Hương vị Bình đẳng*, "*Du già của sự Hợp nhất Đồng hiện*" của Gampopa, "*Năm Đại Thủ Ấn*" của Drigung Jigten Gonpo (1143-1217) và "*Tám Chỉ dẫn Vĩ đại*" của Tsangpa Gyarey (1161-1211).[43]

---

42   Bốn niềm vui (*dga' ba bzhi*) là: 1) Niềm vui (*dga' ba*); 2) Niềm vui Tối thượng (*mchog dga'*); 3) Niềm vui Đặc biệt (*khyad dga'*); 4) Niềm vui Đồng khởi (*lhan skyes kyi dga' ba*).

43   Tựa đề tiếng Tạng: *ro snyoms skyor drung, rje sgam po pas lhan cig skyes sbyor, 'bri gung 'jig rten mgon pos lnga ldan, gtsang pa rgya ras pa sogs kyis khrid chen brgyad.*

Theo các văn bản hướng dẫn chỉ dẫn khác nhau này, hành giả du già vĩ đại Naropa đã nói rằng hai sự tích lũy công đức và trí tuệ giống như hai bánh xe của một cỗ xe ngựa, và nếu không có hai sự tích lũy này, nền tảng cơ bản của trạng thái tự nhiên của tính Không sẽ không thể được nhận ra. Một hành giả tham gia vào thiền định dựa trên các hướng dẫn và nguyên tắc này, và kết hợp các thực hành du già như Sáu du già của Naropa và Sáu du già của Neguma với quan điểm của Đại Thủ Ấn. Những phương pháp thiền này được đánh dấu bằng nhiều dấu hiệu thành công khác nhau như các dấu hiệu về mặt tâm lý và thể chất, sự xuất hiện của niềm hạnh phúc tràn ngập cơ thể và sự lan tỏa dần dần của hơi ấm bên trong. Khi những dấu hiệu này xuất hiện, một hành giả sẽ tham khảo một trong nhiều văn bản hướng dẫn cô đọng được viết để hướng dẫn các hành giả du già trên con đường và xua tan những nghi ngờ hoặc ngờ vực cá nhân của họ.

Các bậc thầy uyên bác và chứng ngộ của Ấn Độ,
các ngài là tinh hoa của tâm-trí tuệ,
Các ngài đã dạy cách hoàn thành Đại thủ Ận
hợp nhất trong một kiếp sống!
Những người bảo vệ và các bậc thầy vô song của truyền thống Kagyu,
Các ngài là những người dẫn đường vào cõi thiêng liêng của Tây Tạng!

CHƯƠNG BẢY
TRUYỀN THỐNG JONANG

LỊCH SỬ CỦA TRUYỀN THỐNG JONANG

Sự Truyền bá của Truyền thống Jonang

Truyền thống Jonang bắt nguồn từ bậc thầy Kunpang Tukje Tsondru (1243-1313), người Tây Tạng thừa kế thứ năm trong dòng Dro Kalachakra, người mà, vào năm 1294, ở tuổi năm mươi mốt, đã được các vị gương mẫu và học trò của các vùng Chi, Drag và Nag ở Nam Tây Tạng thỉnh cầu thành lập một tu viện ở Jomonang.[44] Từ thời điểm đó trở đi, truyền thống tâm linh phát triển mạnh mẽ ở khu vực đó được gọi là "Jonang". Mặc dù Yumo Mikyo Dorje (thế kỷ 11) được cho là người đầu tiên thiết lập quan điểm của truyền thống Jonang, nhưng sẽ thích đáng hơn khi nói rằng Yumowa đã trình bày rộng rãi hệ thống triết học sau này gắn liền với

---

44 Để biết tiểu sử của Kunpang Tukje Tsondru, hãy xem Byang sems rgyal ba ye shes, trang 64-142. Xem thêm Blo gros grags pa, trang 20.

"Jonang", vì quan điểm và thực hành của dòng này đã được thiết lập trước đó ở Ấn Độ.[45]

Nguồn gốc truyền bá dòng Jonang là Đức Chiến Thắng Phật Shakyamuni lừng lẫy. Dòng truyền thừa sau đó tiếp tục thông qua các học giả và hành giả du già của Ấn Độ, và nhiều bậc thầy Tây Tạng thành tựu ở Xứ Tuyết.[46] Theo Chuyển Pháp Luân lần thứ ba của Đức Phật, những gì được truyền lại thông qua các bậc thầy này là sự hiểu biết có chủ đích về bộ thuyết giảng cuối cùng của ngài, ý nghĩa xác định cuối cùng của những lời dạy của Đức Phật. Những lời dạy này được tìm thấy trong *Năm Kho Báu của Đức Phật Di Lặc*,[47] chẳng hạn như *Dòng Tương Tục Vô Song* của ngài và các văn bản bạc vàng châu báu khác, và cũng được giải thích trong *Tuyển Tập các Thánh Ca* của Nagarjuna và nhiều luận thuyết bình luận tương tự. Trong thực tế, Đức Phật đã tiên tri rằng một nghìn năm sau khi ngài nhập niết bàn, sẽ xuất hiện một nhà sư-học giả tên là Asanga (Vô Trước), người có tài năng phi thường trong việc bình luận về các ý nghĩa tạm thời cũng như ý nghĩa xác định của những lời dạy của ngài. Đây là lý do tại sao người ta nói rằng Arya Asanga là người đầu tiên trình bày rộng rãi hệ thống ý nghĩa xác định này. Asanga sau đó được em trai Vasubandhu (Thế Thân) noi theo, và các triết gia sau này như Dignaga

---

45 Để biết tiểu sử của Yumo Mikyo Dorje, hãy xem Byang sems rgyal ba ye shes, trang 32-35. Xem thêm Blo gros grags pa, trang 18.

46 Thuật ngữ "Victor" (*rgyal ba*) là một trong nhiều biệt danh dành cho Đức Phật. Nó ám chỉ Đức Phật là người đã chinh phục hoặc chiến thắng mọi thế lực đối nghịch cản trở sự chuyển hóa tâm linh.

47 Năm kho tàng của Đức Di Lặc (*byams chos sde nga*) là: 1) *Trang sức của sự chứng ngộ rõ ràng* (Skt: abhisamaya-lankara, mngon rtogs rgyan); 2) *Trang sức của các bài thuyết giảng Đại thừa* (Skt: mahayana-sutra-lankara, theg pa chen po mdo sde rgyan); 3) *Phân biệt Hiện tượng từ Thực tại* (Skt: dharma-dharmata-vibhaga, chos dang chos nyid rnam 'byed); 4) *Phân biệt Trung dung từ Cực đoan* (Skt: madhyanta-vibhaga, dbus mtha' rnam 'byed); 5) *Dòng Tương tục Vô song* (Skt: uttara-tantra-shastra, rgyud bla ma)

(Trần Na), Dharmakirti (Pháp Xứng) và Chandragomin, những người đầu tiên xây dựng quan điểm *zhentong* về Tính Không bên ngoài (Tha Không) được duy trì thông qua hệ thống Great Madhyamaka (Trung Quán Vĩ Đại) của truyền thống Jonang.[48]

Trong khi Chandrakirti (Nguyệt Xứng) chấp nhận hệ thống quan điểm *rangtong* về Tính Không bên trong như được Nagarjuna chỉ ra rõ ràng trong *Sáu Bộ Sưu tập Lý Luận* của mình, các bậc thầy như Chandragomin đã duy trì quan điểm *zhentong* tối thượng do Arya Asanga trình bày và được Great Madhyamaka duy trì.[49] Hai bậc thầy này đã tranh luận dữ dội tại Đại học Nalanda ở Ấn Độ bảy năm cho đến khi cuối cùng lập trường triết học của quan điểm *zhentong* do học giả Chandragomin ủng hộ đã giành chiến thắng. Vào thời điểm đó, một học giả chứng kiến những cuộc tranh luận này đã thốt lên,

> *Ồ! Trong khi những lời giải thích của Đức Long Thọ là thuốc (chữa bệnh) cho một số người, và là thuốc độc cho những người khác, thì những lời giải thích của Đức Arya Asanga Vô Địch là mật hoa tinh khiết cho tất cả mọi người!*

Người ta nói rằng sau này bài hát này đã trở thành một bài hát phổ biến được hát trong số những người dân của Thành phố Magadha của Ấn Độ.

---

48 Zhentong (*gzhan stong*) hay "Tính Không Bên Ngoài" ám chỉ hệ thống giáo lý diễn đạt bản chất tối hậu của thực tại là trống rỗng mọi thứ khác ngoài chính nó. Giáo lý *zhentong* là di sản triết học đặc biệt của truyền thống Jonang, và đồng nghĩa với "Trung Quán Vĩ Đại" (dbu ma chen po).

49 Rangtong (*rang stong*) hay "Tính Không Nội Tại" ám chỉ hệ thống giáo lý diễn đạt cách mọi vật đều không có sự tồn tại nội tại của chính chúng. Sáu Bộ Luận Lý Luận (*rigs tshogs drug*) của Nagarjuna được chia thành bảy bộ, đó là: 1) Các Bài Kệ về Trung Đạo (Skt: *madhyamika-karika, dbu ma'i tshig le'ur byas pa*); 2) Luận Giải Gốc Về Trí Tuệ (Skt: *prajnamula, rtsa ba shes rab*); 3) Kinh Văn Dệt Hoa Mỹ (Skt: *vaidalya-sutra, zhib mo rnam 'thag*); 4) Đảo Ngược Gốc Rễ Của Tâm (Skt: *vigraha-vyavartani, rtsad ldog*); 5) Bảy Mươi Bài Kệ về Tính Không (Skt: *shunyata-saptali, stong nyid bdun cu pa*); 6) Sáu mươi bài kệ về lý luận (Skt: *yuki-shastika, rigs pa drug cu ba*); 7) Vòng Hoa Báu (tiếng Phạn: *ratnavali, rin chen phreng ba*).

Dần dần, các bậc thầy như Gangameti, Avadhuti, hoặc Gawa Drakpa, Kashmir Ratnakarashanti, hành giả du già vĩ đại Brahman Sajna và các học giả và hành giả du già khác đã ủng hộ những điểm quan trọng của giáo lý triết học không sai lầm này về Phật tính, dòng dõi tư tưởng thuần túy tạo nên truyền thống vĩ đại này.[50] Sau đó, vào giữa thế kỷ thứ mười một, hệ thống triết học Đại Trung Quán này đã được giới thiệu và bắt đầu phát triển mạnh mẽ ở Tây Tạng. Mặc dù vào thời kỳ đầu của thời kỳ dịch thuật, ba trong số Năm Báu Vật của Maitreya đã được giảng dạy, hai lời giải thích sâu sắc nhất về *zhentong* Madhyamaka không được giảng dạy cho đến sau này. Những bài giảng này về bản chất của thực tại đã được che giấu như những bản văn kho báu trong một thời gian ngắn và không được phổ biến. Sau đó, đại thành tựu giả Gangameti đã tiết lộ những báu vật này từ bên trong một chiếc bình ở bên trong một bảo tháp. Sau đó, ông đã giảng dạy chúng cho học giả Gawadrak, người đã truyền lại sự truyền thừa của những giáo lý này cho vị hành giả du già vĩ đại Sajna, người sau đó truyền lại cho dịch giả lỗi lạc Gaway Dorje, và sau đó được truyền lại cho vị hành giả du già Tây Tạng Tsen Kawoche Drimed Sherab, và cho các bậc thầy các dòng truyền thừa khác.

Từ Ngog Loden Sherab (1059-1109) trở đi, việc truyền lại những giáo lý này về thực hành và giải thích về *zhentong* Madhyamaka đã trở nên phổ biến khắp Tây Tạng. Từ Tsen Kawoche, dòng truyền thừa được truyền qua Todpa Dharma Tsondru, Dolwa Nya Yeshe Jungnay, Changchub Kyab, Zhonu Changchub, Kyoton Monlam Tsultrim, Chomdan Rigpay Raltri, Kyiton Jampay Dorje, Kunkhyen Dolpopa Sherab Gyalsten, Nyawon Kunga Pal, Gyalsay Choepal Gonpo, Khaidrup Lodro Gyatso, Trulshik Donyod Palzang, Panchen Shakya Chogden, Gyalsay Donyod Drubpa, Jamgon

---

50 Để biết tiểu sử của Avaduti, hãy xem *Byang sems rgyal ba ye shes*, trang 14-15. Cả Avaduti và Sajna đều được liệt kê là những nhân vật sau này chịu trách nhiệm truyền bá giáo lý Đại Trung Quán Đại Thừa ở Ấn Độ, hãy xem *Blo gros grags pa*, trang 11.

Drubpay Wangpo, Doring Kunga Gyalsten, Khaidrup Lhawang Dragpa, Sangdak Drolway Gonpo, Ngon Chang Rinchen Gyatso, Khaidrup Lodoe Namgyal, Chalung Thinley Namgyal, Ngawang Tenzin Namgyal, Ngawang Khatsun Dargyay, Kunzang Thinley Namgyal, Nudan Lhundrup Gyatso, Tsangtrul Jigme Namgyal, Ngawang Chokyi Phagpa, Ngawang Chojor Gyasto, Ngawang Chophel Gyatsho, Bada Geleg Gyatso, Ngawang Tsoknyi Gyatso, Ngawang Lozang Tsultrim, Dzamngo Kunga Ngawang, Ngawang Lodro Drakpa, v.v. cho đến các đạo sư còn sống.[51]

Dòng Truyền thừa Jonang Kalachakra

Người ta hiểu rằng các mật điển của Kim Cương thừa bí mật đã được truyền trực tiếp cho các đệ tử đặc biệt ở Cõi Tịnh Độ Akanishta, Thiên đường của Ba mươi ba vị Trời, trên đỉnh Núi Sumeru, ở Potala và các cõi thần thánh khác. Người ta cũng nói rằng khi Kim Cang Thừa bí mật được đích thân truyền cho Vua Ấn Độ Indrabodhi, ông đã ngay lập tức đạt được sự chứng ngộ. Sự chứng ngộ tối thượng này sau đó đã được truyền lại liên

---

51 Jamphal Lodro viết: "Thông qua những người nắm giữ dòng truyền thừa này, học giả và bậc lão luyện siêu việt, hành giả du già vĩ đại Kyabje Lama Ngawang Lozang Thinley đã nhận được sự truyền lại của dòng truyền thừa Jonang. Lama Ngawang sinh năm 1917, và thông qua việc thực hành du già của Vajrapani (Kim Cang Thủ) đã chứng ngộ. Ông đã trở nên thông thạo toàn bộ truyền thống kinh điển của cả kinh điển và mật điển mà không cần nghiên cứu, và là một chuyên gia về ý nghĩa của du già của mật chú Vajrayana (Kim Cang Thừa). Mặc dù ông đã thành tựu rất nhiều, Lama Ngawang vẫn hài lòng với cuộc sống của mình bằng cách nỗ lực đơn giản để giảng dạy và tích lũy công đức. Nhiều học trò của ông bao gồm cả Tulkus và Khenpo đều thông thạo *Ba Bộ Kinh Phật*. Nhiều học trò của ông hiện đang giảng dạy theo truyền thống Jonang trong khi những người khác cống hiến để giảng dạy và bảo tồn các truyền thống Phật giáo Tây Tạng khác. Năm 1999, với vô số dấu hiệu kỳ diệu được hiển thị từ cơ thể vật lý của mình, Lama Ngawang đã hòa tan vào không gian tối thượng của thực tại, hứa sẽ tiếp cận những học trò trung thành của mình thông qua lòng từ bi và sự gia trì của mình bất kể khoảng cách. Đặc biệt, có những đệ tử thân cận nhất của bậc thầy tối cao này hiện đang sống ở Tây Tạng như Khenpo Kunga Sherab Saljay, và nhiều tấm gương sống khác của người nắm giữ dòng truyền thừa này hiện đang giảng dạy các giáo lý và thực hành của Jonang."

tiếp qua các hành giả du già nam và nữ đến người thừa kế thứ một trăm, bậc thầy vĩ đại Saraha. Những giáo lý mật tông này đã được truyền lại cho ông từ đại thành tựu giả Shavaripa, người đã nhận được sự truyền thừa từ đấng bảo hộ vinh quang Noble Nagarjuna. Một dòng truyền thừa khác của giáo lý Kim Cương thừa bí mật thường được chấp nhận trong các trường phái triết học của Tây Tạng là sự truyền thừa được truyền lại từ Đức Phật hiển lộ dưới dạng Vajrayogini (Kim Cang Du già Thánh Nữ) đến Vajrapani (Kim Cang Thủ), rồi đến Jampay Dorje, v.v.

Cụ thể hơn, giáo lý sâu sắc của *Sri Kalachakra Mật pháp* đã được Pháp Vương Suchandra thỉnh cầu, và được Đức Phật Thích Ca Mâu Ni truyền dạy trực tiếp cho vô số các vị Trời, rắn ngầm dưới lòng đất, con người, và những người nắm giữ nhận thức tại Drepung vinh quang.[52] Những giáo lý này sau đó được giao phó cho Vajrapani (Kim Cang Thủ), và sau đó Vua Suchandra đã chép lại chúng và biên soạn một bài bình luận về mật pháp gốc có tựa đề là *Sáu Mươi Tám Nghìn Câu Kệ*. Các vị vua của Shambhala sau đó đã biên soạn và ban hành *Mật Pháp Kalachakra* trên vùng đất Shambhala. Vào thời trị vì của Vua Gyalka, vị vua thứ mười một của Shambhala, *Mật Pháp Kalachakra* đã tồn tại ở Shambhala trong khoảng một nghìn tám trăm năm.

Trong thời gian này, như đã được tiên tri, bậc thầy Ấn Độ uyên bác và giác ngộ tên là Duzhab Chenpo Jampay Dorje đã có một linh kiến về Bồ tát trí tuệ Văn Thù Sư Lợi và về Vua Shambhala. Một ngày nọ, khi đang đi bộ, Jampay Dorje đã gặp một hóa thân của Vua Shambhala, và trong cuộc gặp gỡ này, ngài đã được trao quyền để thực hành *Mật pháp Kalachakra*. Sau khi thiền định trong sáu tháng về du già sâu sắc của mật pháp, Jampay Dorje đã đạt được những năng lực kỳ diệu và có thể tự mình vận chuyển thần thông đến Shambhala. Trong khi ở đó, ngài đã gặp Vua thứ mười một

---

52 Drepung là một thành phố cổ ở Orissa, Ấn Độ.

của Shambhala và nhận được những giáo lý về *Kalachakra* cũng như nhiều mật pháp khác. Một số giáo lý này ngài đã ghi nhớ trong lòng thông qua việc học thuộc lòng, và một số khác ngài đã viết ra trước khi trở về Ấn Độ. Khi trở về, Jampay Dorje đã truyền lại những giáo lý mật pháp này cho mười hai đệ tử bao gồm Duzhab Chungwa và Shribhadra, những người sau đó đã truyền lại cho Bodhibhadra, người đã truyền lại cho học giả vĩ đại người Kashmir Dawa Gonpo.

Vào thế kỷ thứ mười một, Dawa Gonpo đã du hành ba lần đến Tây Tạng để truyền trao *Mật pháp Kalachakra* cho Lama Droton Namseg, Dro Lotsawa Sherab Drakpa, Lama Lhaje Gompa, Drubchen Yumo và một số người thụ giáo đủ tiêu chuẩn khác. Đặc biệt, ngài đã ban toàn bộ các quán đảnh, truyền thừa văn bản mật tông, và hướng dẫn từ *Mật pháp Kalachakra* cho các đệ tử của ngài là Dawa Gonpo và Dro Lotsawa Sherab Drakpa. Điều này đã khởi đầu cho việc truyền bá giáo lý *Kalachakra* ở Tây Tạng và dòng truyền thừa Dro của *Kalachakra* được duy trì bởi truyền thống Jonang. Sau đó, những giáo lý này được truyền lại cho vị hành giả du già thành tựu vĩ đại Yumo Mikyo Dorje, người đã biên soạn một số bình luận về Sáu Du Già và giải thích rộng rãi hệ thống triết học *zhentong* mật tông. Sau Yumo Mikyo Dorje, dòng truyền thừa được truyền qua người con trai tâm huyết của ngài là Chokyi Wangchuk, rồi đến Khaypa Namkha Odzer, Machig Tulku Jobum, Khaydrup Namkha Gyalsten, Jamsar Sherab Odzer, Kunkhyen Choku Odzer, Kunpang Thugje Tsondru, v.v.

Kalachakra Tantra và các hệ thống liên quan đã được nhiều dịch giả vĩ đại dịch sang tiếng Tây Tạng từ thế kỷ thứ mười một trở đi. Trong số các bản dịch của *Kalachakra Tantra* và các hệ thống liên quan lan truyền khắp Tây Tạng, có hai dòng truyền thừa riêng biệt: dòng truyền thừa Ra và dòng truyền thừa Dro. Trong khi các truyền khẩu từ dòng truyền thừa Ra nhấn mạnh vào việc học tập, thì các truyền khẩu từ dòng truyền thừa Dro nhấn mạnh vào việc hành trì. Theo đó, dòng truyền thừa Dro do truyền thống Jonang duy trì được coi là đầy đủ nhất.

Nguồn gốc của Jonang

Người ta có thể tự hỏi tại sao truyền thống này được gọi là "Jonang". Ở tỉnh U-Tsang miền Trung Tây Tạng, ngày nay là quận hạt Lhatse, có một nơi gọi là "Jomonang" do một nữ hoàng của khu rừng tên là Nag Gyalmo sinh sống. Bà là một trong mười hai Tenmas hay các vị thần bảo hộ nữ chính của Tây Tạng.[53] Trong thời kỳ đầu truyền bá giáo lý, bậc thầy Guru Padmasambhava, Nubchen Namkhai Nyingpo, Dreluay Gyalsten, Nanam Tsultrim Jungnay và nhiều người khác đã đến thực hành và viết ở khu vực này. Sau đó, Drogmi Lotsawa, một đệ tử của hành giả du già vĩ đại Konchok đã đạt được thân cầu vồng ở đó. Sau đó, thành tựu giả Darchar Chenpo đã thành lập một trung tâm thiền định ở khu vực đó để thực hành các tác phẩm của cả Truyền thống Dịch thuật Trước và Dịch thuật Sau. Do các hành giả du già đã nhận được những linh kiến phi thường về các vị bổn tôn khác thường ở khu vực này, người dân địa phương nói rằng khu vực này được ban tặng khả năng ban phước đặc biệt.

Vào thế kỷ thứ mười ba, Kunpang Tukje Tsondru đã đến miền Trung Tây Tạng và thành lập khu phức hợp tu viện sau này được gọi là "Jonang". Kunpang Tukje Tsondru, còn được gọi là Kunpang Chenpo Kuntu Zangpo sinh ra tại Tangwachar vào năm 1343. Ông học tại Sakya, Dar và nhiều trường đại học tu viện khác ở miền Trung Tây Tạng, và trở thành một học giả lỗi lạc ngay cả trong số những người uyên bác nhất. Từ Kunkhyen Choku, ông đã nhận được mười bảy quán đảnh khác nhau, một số truyền

---

53 Mười hai vị bổn tôn bảo vệ Tenma (brtan ma bcu gnyis) là những nữ thần đất địa phương được coi là người bảo vệ miền Trung Tây Tạng.

thừa mật tông, lời khuyên tâm linh cá nhân và hướng dẫn về Sáu Du Già của Kalachakra khiến ông tràn ngập những trải nghiệm về sự chứng ngộ.

Bằng cách tăng cường năm luồng khí quan trọng của mình thông qua du già khai thác năng lượng sinh lực bên trong, du già thứ ba trong sáu du già phụ, Tukje Tsondru đã có được những khả năng tâm linh đặc biệt đến mức ông có thể ném mười người cùng một lúc chỉ bằng cách chạm vào họ bằng tay. Vì khả năng khai thác các luồng khí quan trọng của mình, những người hầu cận của ông thường phải sống trong điều kiện cực kỳ khó chịu của nhiệt độ nóng và lạnh mà ông tạo ra. Trên thực tế, trong một lần thiền định, Tukje Tsondru đã có một linh kiến về hình dạng mười một đầu của Quán Thế Âm, người đã nói với ông rằng ông là sự tái sinh của thành tựu giả Soton Kunrig, và sau đó ông được phép gỡ bỏ dấu ấn bí mật và thực hành Sáu Du Già của *Kalachakra Tantra*. Thông qua mong muốn cô đọng những mục đích cốt lõi của *Kalachakra Tantra*, ông liên tục đọc những lời cầu nguyện cho đến một ngày ông có một linh kiến về tất cả các vị vua của Shambhala cùng một lúc.[54]

Nữ hộ mệnh Nag Gyalmo của Jonang sau đó đã thỉnh cầu Tukje Tsondru đến Jomonang. Mặc dù ban đầu ông đã từ chối thỉnh cầu này, nhưng ông nói rằng ông sẽ đến trong tương lai khi thời điểm thích hợp. Cuối cùng, sau sự trùng hợp của một số hoàn cảnh may mắn, và sau nhiều thỉnh cầu từ các giảng sư, tu sinh và cộng đồng tâm linh của các vùng Chi, Drag và Nag, Tukje Tsondru đã chuyển đến Jomonang. Khi ông định cư ở đó, những dấu hiệu và điềm báo may mắn ngay lập tức bắt đầu xảy ra. Sau đó, ngài sắp xếp và ghi chép lại tất cả các hướng dẫn truyền khẩu hiện có về Sáu Du già, và như đã tiên tri, ngài đã có một linh kiến về vị bổn tôn

---

54 Jamphal Lodro viết, "Khi ở Kyid Phuk, Tukje Tsondru đã có linh kiến về vị thành tựu giả vĩ đại người Ấn Độ Virupa, và được truyền cảm hứng để biên soạn một cuốn sách hướng dẫn biên soạn về Con đường đạo và Kết quả của nó."

Kalachakra. Những tác phẩm này nằm trong số những cẩm nang đầu tiên về Sáu Du già của *Mật pháp Kalachakra* ở Tây Tạng.

Trước khi ngài đến Jomonang, có khoảng ba mươi hành giả, và sau khi sống tại Jomonang một thời gian, sáu trăm thiền giả vĩ đại của cả Truyền thống Dịch thuật Trước và Dịch thuật Sau đã cư trú tại đó. Về cuối đời, bậc thầy Sakya Drogon Chogyal đã sống tại Jomonang cũng như nhiều bậc thầy khác đã định cư tại đó. Sau khi sống tại Jomonang trong hai mươi mốt năm, Tukje Tsondru đã giao lại khu phức hợp tu viện Jonang cho đệ tử của mình là Changsem Gyalwa Yeshe Yontan Gyatso (1260-1327), và vào năm 1313, đã đi vào cõi thực tại rộng lớn vĩ đại.

Đấng Toàn Năng Sherab Gyaltsen

Sau khi Yontan Gyatso duy trì Tu viện Jonang trong tám năm, học giả và bậc thầy nổi tiếng thế giới Kunkhyen Dolpopa Sherab Gyaltsen (1292-1361) đã chấp nhận sự lãnh đạo của Jonang. Như đã tiên tri về Kunkhyen Dolpopa trong *Kinh Cái Trống Lớn*,[55]

> Trong tương lai, sẽ xuất hiện một thanh niên từ một gia đình quý tộc của *Magadha (Ma Kiệt Đà)*, người mà cả thế giới đều say mê khi nhìn thấy, anh ta sẽ đến từ gia đình Kayori, và anh ta sẽ trở thành một nhà sư có tên giống như tên tôi.

Ngoài ra, điều này cũng được tiên tri trong *Mật pháp Vương miện Chiến thắng*,

> Khoảng một nghìn năm rưỡi sau khi Đức Phật nhập niết bàn, ở đất nước của những người mặt đỏ, sẽ xuất hiện một nhà sư duy trì giáo lý như tôi. Bên bờ sông, gần một vòng hoa cây mang trái kỳ diệu, tại thành phố Yi, với gia đình Kayori, với người cha tên là "Yeshe Wangchuk" và người

---

55 Tựa đề Tây Tạng: *rnga bo che'i mdo*.

mẹ tên là "Tsultrim Gyanzhe Drag", một đứa trẻ sẽ chào đời và sở hữu cái tên "Phật". Nó sẽ giương cao và vẫy ngọn cờ chiến thắng của giáo lý của ta, và thổi vỏ ốc của Pháp.

Như đã tiên tri, Dolpopa sinh ra trong gia đình Kayori vào năm 1292. Ông được Khenpo Tsultrim Nyingpo truyền giới, và được ban cho cái tên Sherab Gyaltsen hay "Ngọn Cờ Chiến thắng của Trí Tuệ", và sau này ông được biết đến với cái tên "Phật đến từ Dolpo".

Kunkhyen Dolpopa đã nghiên cứu và học hỏi những kinh điển và mật điển rộng lớn như đại dương từ hơn ba mươi vị thầy vĩ đại nhất sống ở Tây Tạng trong suốt cuộc đời của mình, bao gồm cả bậc thầy tâm linh Kyiton Jamyang. Ngài đã đi tham quan các trường đại học tu viện lớn trong bốn dãy núi của miền Trung Tây Tạng, và được phong danh hiệu "Kunkhyen" hay "Đấng Toàn Trí" vì danh tiếng của ngài là biết tất cả các từ và ý nghĩa của cả kinh điển chính và phụ mà không chút do dự. Dolpopa là một học giả mẫu mực và là một trong những nhân vật quan trọng nhất ở Tây Tạng vào thế kỷ thứ mười bốn.

Ở tuổi ba mươi, Dolpopa đã nhận được sự truyền giới đầy đủ từ Khenpo Sonam Dragpa và chuyển đến Jomonang. Trong khi thiền định trong khóa tu tại ẩn thất Khacho Deden, sự chứng ngộ về quan điểm *zhentong* Madhyamaka đầu tiên nảy sinh trong tâm trí ngài nhưng ngài đã kiềm chế không nói về điều này trong một thời gian. Sau khi ở lại Tu viện Jonang vài năm, Dolpopa đã dựng nên Đại bảo tháp Jonang giải thoát khi nhìn thấy. Trong thời gian này, do vô số hoạt động của mình, Kunkhyen Dolpopa đã xuất hiện dưới nhiều hình dạng khác nhau. Trong khi một số người nhìn thấy ngài đang giảng dạy, những người khác lại chứng kiến ngài xây dựng Đại bảo tháp. Một số người nghĩ rằng ngài đã biểu hiện ba thân trong khi những người khác thể rằng ngài có tám thân, vì có vẻ như ngài đang thực hiện tất cả các hành động của mình cùng một lúc. May mắn thay, ngài đã được nhiều người cũng như các loài không phải người hỗ trợ trong việc xây dựng Đại Bảo Tháp Jonang.[56]

Trước đó, Kunpang Tukje Tsondru đã tiên đoán rằng "tại ẩn thất này, sẽ có một người con trai vượt trội hơn cha mình, và một người cháu trai vượt trội hơn con trai mình." Dolpopa ở lại Jomonang trong mười bảy năm, duy trì và phát triển các giáo lý của dòng thiền Jonang. Đặc biệt, ngài đã biên soạn nhiều chuyên luận như kiệt tác của mình, *Mountain Dharma: Ocean of Definitive Meaning*, và giải thích rộng rãi về truyền thống triết học vĩ đại của *zhentong* Madhyamaka ở Xứ Tuyết.

Các Bậc Thầy Dòng Jonang

Kunkhyen Dolpopa Sherab Gyaltsen có mười ba người con trai tâm huyết nổi tiếng bao gồm Lotsawa Lodro Pal (1299-1353), Chogle Namgyal (1306-86), Sazang Mati Panchen (1294-1376) và Nyawon Kunga Pal (1285-1379).[57] Sau khi Kunkhyen Dolpopa từ chức, ngài đã bổ nhiệm Lotsawa Lodro Pal và quyền lãnh đạo Tu viện Jonang vẫn tiếp tục.

Những bậc thầy vĩ đại đầu tiên của dòng truyền thừa Jonang là Kunpang Tukje Tsondru, Changsem Gyalwa Yeshe (1247-1320) và Yontan Gyatso. Ba bậc thầy này cùng với Kunkhyen Dolpopa và người con trai tâm huyết của ngài là Chogle Namgyal được biết đến là Năm vị Tổ của Jonang. Chogle Namgyal đã biên soạn một số chuyên luận về *zhentong* Madhyamaka bao gồm cả tác phẩm lớn và nhỏ hơn là *Destroyer of Delusion*.[58] Bậc thầy của các giáo lý Nyawon Kunga Pal đã biên soạn *The Radiant Ornament of Philosophical Systems, The Great Commentary on*

---

56   Jamphal Lodro viết: "Sau đó, bảo tháp này đã bị phá hủy nhưng đã được phục hồi và chúng ta có thể nhìn thấy nó ngày nay."

57   Để thảo luận về những người con trai tâm huyết của Dolpopa, hãy xem Blo gros grags pa, trang 32-39.

58   Tựa đề Tây Tạng: 'khrul 'joms che chung.

Valid Cognition which Dispels the Darkness of Awareness, The Commentary on Wisdom which Dispels the Darkness of Awareness, và nhiều tác phẩm khác.[59] Nyawon Kunga Pal có nhiều đệ tử vĩ đại mà ông đã truyền dạy tuần tự theo dòng dõi của triết học *zhentong* Madhyamaka; một số đệ tử này bao gồm Jetsun Redawa, Vua của Dharma Jetsun Tsongkhapa và bậc thầy vĩ đại thành tựu Kunga Lodro. Mặc dù không có nhiều trường đại học tu viện mà người ta có thể nghiên cứu các bình luận chi tiết về *Năm Tập Giáo Lý* tạo nên chương trình giảng dạy Phật học cơ bản ở Tây Tạng, nhưng có thể thấy rằng Jetsun Tsongkhapa sau đó đã trích dẫn *Commentary on Wisdom* của thầy mình là Nyawon Kunga Pal trong *Golden Garland of Eloquence* của ông.[60]

Dòng dõi đệ tử này sau đó được duy trì bởi bậc thầy vĩ đại thành tựu Kunlo. Sau đó, học giả và hành giả du già vĩ đại, Jetsun Taranatha Toàn Tri (1575-1635) có trí tuệ ngang bằng với Ba vị Văn Thù của Xứ Tuyết, đã duy trì dòng truyền khẩu Jonang.[61] Vị vua của giáo lý Đức Phật này sinh năm 1575, và khi mới một tuổi, đã nhiều lần nói: "Tôi là Kunga Drolchok!". Năm bốn tuổi, ngài được công nhận là tái sinh của bậc thầy của giáo lý bí mật, Kunga Drolchok (1507-1566), và được tấn phong tại Tu viện Cholung Changtse. Sau đó, ngài gặp thành tựu giả người Ấn Độ Zhalanatha trong một giấc mơ, người đã đặt tên cho ông là "Taranatha".

---

59   Tựa đề Tây Tạng: *grub mtha' 'od gsal rgyan, rnam 'grel 'grel chen yid kyi mun sel, sher 'grel yid kyi mun sel.*

60   *Năm Tập Giáo Lý* này (*bka' pod lnga*) tạo nên chương trình giáo dục Phật giáo cơ bản ở Tây Tạng. Chúng là: 1) Pramana hay Nhận thức luận (*tshad ma*); 2) Madhyamaka hay Triết học Trung đạo (*dbu ma*); 3) Prajnaparamita hay Triết học Trí tuệ Siêu việt (*phar phyin*); 4) Abhidharma hay Khoa học Nội và Ngoại (*mngong pa*); 5) Vinaya hay Giới luật (*'dul ba*). Tên tiếng Tây Tạng: *legs bshad gser phreng.*

61   Ba vị Văn Thù Sư Lợi của Tây Tạng (*'jam dbyangs rnam gsum*) là: Sakya Pandita, Tsongkhapa, và Longchen Rabjam.

Taranatha đã nghiên cứu tất cả các hệ thống kinh điển của cả triết lý Phật giáo và phi Phật giáo, bao gồm cả giáo lý của các thừa lớn và nhỏ từ các bậc thầy uyên bác của Ấn Độ và Tây Tạng. Những thành tựu của ngài với tư cách là một học giả vô cùng vẻ vang đến nỗi danh tiếng của ngài lan truyền khắp mọi hướng. Vào năm 1611, ngài thành lập Tu viện Takten Choling và biên soạn nhiều chuyên luận và bình luận về nhiều chu kỳ hướng dẫn, kỹ thuật thiền định và thực hành của cả kinh điển và mật điển. Quan trọng nhất, ngài tuyên bố giáo lý của *zhentong* Madhyamaka giống như tiếng gầm của một con sư tử lớn. Không chỉ vậy, Taranatha còn giải thích các phương pháp thực hành và viết các hướng dẫn thực tế cho hầu hết mọi phần của mật điển từ các Truyền thống Dịch thuật Sau này ở Tây Tạng. Trên thực tế, thậm chí không có một truyền thống mật tông nào mà ngài không giữ sâu thẳm trong tâm trí mình. Mặc dù ngài chưa bao giờ du hành đến Ấn Độ, nhưng nhờ cuộc sống của ngài là những đại thành tựu giả Ấn Độ như Nagpopa, ngài đã có thể kể lại những kiếp trước của mình và biên soạn Lịch sử Phật giáo ở Ấn Độ.[62] Ngày nay, tác phẩm này được coi là một trong những nguồn tài liệu căn bản cho lịch sử Phật giáo Ấn Độ và thường được các nhà sử học Ấn Độ hiện đại tham khảo.

Trong số tất cả những người phát ngôn nổi tiếng của triết lý *zhentong* Madhyamaka sâu sắc ở Tây Tạng, Kunkhyen Dolpopa và Taranatha được coi là những bậc thầy cao quý nhất của dòng truyền thừa. Sau hai bậc thầy vĩ đại này, những người kế thừa tinh thần của họ đã lan rộng khắp ba tỉnh của Tây Tạng, và truyền thống Jonang nổi tiếng khắp mọi nơi. Đặc biệt, các tu viện Jonang được biết đến với việc thực hành thiền định của họ, và họ không có đối thủ so với các truyền thống Phật giáo Tây Tạng khác trong quá trình đào tạo này. Ví dụ, ở miền Trung Tây Tạng có Tu viện Jonang của Kunpang Tukje Tsondru, Tu viện Dechen của Changsem Gyalwa Yeshe, Tu

---

62   Tựa đề Tây Tạng: *rgya gar gyi chos 'byung.*

viện Phukmo Cave và Tu viện Ngam Ring của Kunkhyen Dolpopa, Tu viện Chuzang của Chodrak Pal, Tu viện Ganden của Sazang Mati Panchen, Tu viện Tsechen Chode, Tu viện Lhagang và Tu viện Tsanchen của Kunkhyen Nyabon, Tu viện Tagten Choling Ngedon của Jetsun Taranatha và hơn ba mươi tu viện khác ngoài những tu viện này. Chalung Thinley Namgyal cũng đưa giáo trình học thuật kinh viện Jonang vào các tu viện Geluk lớn bao gồm Ganden và Drepung. Tuy nhiên, bản chất của thế giới chúng ta là bất cứ khi nào có sự phát triển, thì không thể tránh khỏi sự suy tàn.

Dưới thời Đức Đạt Lai Lạt Ma thứ năm, cả hai truyền thống Jonang và Kagyu đều bị đàn áp nghiêm trọng. Lý do cho sự đàn áp này không phải vì quan điểm và thực hành của họ vượt trội hay kém cỏi, hoặc vì hệ thống giáo dục của họ không đầy đủ, mà hoàn toàn là do chính trị. Sau khi giai đoạn suy tàn này đã suy yếu, các dòng dõi không bị gián đoạn của các truyền thống triết học và chiêm nghiệm này đã được hồi sinh. Đây là lý do tại sao các truyền thống này vẫn tiếp tục phát triển mà không bị suy yếu cho đến ngày nay. May mắn thay, đệ tử của bậc thầy Jonang Panchen Chogyal là Ratnashri đã đi đến vùng Amdo thuộc Viễn Đông Tây Tạng, nơi ông bắt đầu truyền bá tư tưởng triết học *zhentong*. Sau đó, vào năm 1365, Rinchen Pal (1350-1435) đã thành lập Tu viện Choje ở Dzamthang, và kể từ đó, truyền thống Jonang đã phát triển mạnh mẽ ở Amdo.

Truyền thống Jonang Ngày Nay

Ngày nay, dòng truyền thừa liên tục tuần tự của suy tư và hành trì Jonang được duy trì và bảo tồn bởi các tu viện Jonang ở Kham và Amdo, đặc biệt là các tu viện ở Dzamthang và các vùng lân cận. Cùng nhau, các tu viện này phục vụ hàng trăm nghìn hành giả tại gia và xuất gia. Ví dụ, tại các tu viện ở Dzamthang, có hơn năm nghìn nhà sư đang nghiên cứu *zhentong* Madhyamaka cũng như năm chủ đề chính của triết học Phật giáo của các tác giả như Kunkhyen Dolpopa, các đệ tử thân cận của ngài và các bậc thầy lớn khác của dòng truyền thừa Jonang. Đặc biệt, chương trình giảng dạy của các tu viện này nhấn mạnh vào việc nghiên cứu và thực hành dòng truyền thừa không bị gián đoạn của các giai đoạn phát triển và hoàn thiện của *Kalachakra Tantra*.

Ngoài ra còn có một số tu viện Jonang ở quận hạt Lhatse thuộc miền Trung Tây Tạng, và hơn năm mươi tu viện Jonang trải dài khắp các quận Amdo ở Viễn Đông Tây Tạng bao gồm Quận Ngawa, Quận Chuchen, Quận Barkam, Quận Trochu, Quận Gade, Quận Padma, Quận Chikdril và Quận Darlag. Ở vùng Kham thuộc miền Đông Tây Tạng, có một số quận như Quận Lithang và Quận Dabpa, nơi có các tu viện Jonang như Tu viện Mingyur, Tu viện Dragnag, Tu viện Zhingwa, Tu viện Delu và Tu viện Thubpa. Bên ngoài Tây Tạng, trung tâm nghiên cứu và thực hành truyền thống Jonang là Tu viện Takten Phuntshog Ling ở Shimla, Ấn Độ. Đây đã trở thành một tu viện chính để thực hành thiền định về các giai đoạn phát sinh và hoàn thiện của *Mật pháp Kalachakra* do Jonang duy trì.

Vì đây là một địa điểm quan trọng đối với Jonang bên ngoài Tây Tạng, tôi muốn giới thiệu ngắn gọn về lý do tại sao tu viện này lại có ý nghĩa quan trọng như vậy. Nhìn chung, truyền thống Jonang không được biết đến nhiều trong số những người phương Tây và thế giới bên ngoài biên giới văn hóa của Tây Tạng. Tuy nhiên, lý do cho điều này không phải là vì Jonang là một truyền thống nhỏ hoặc không đáng kể. Mặc dù một số dòng Phật giáo Tây Tạng đã biến mất trong khi những dòng khác đã được đồng hóa, hiện tại có năm truyền thống chính của Phật giáo Tây Tạng. Ở Tây Tạng, các truyền thống này được phân loại thành hai hệ thống triết học lớn: những truyền thống ủng hộ *Zhentong* Madhyamaka và những truyền thống ủng hộ *Rangtong* Madhyamaka. Trong hai phân loại này, Jonang ủng hộ hệ thống *Zhentong* Madhyamaka. Điều này có nghĩa là, trong năm truyền thống Phật giáo Tây Tạng, truyền thống Jonang là những người ủng hộ chính của một trong hai hệ thống triết học Phật giáo Tây Tạng lớn. Ngoài các truyền thống Phật giáo Nyingma, Sakya, Kagyu, Jonang và Geluk, còn có truyền thống Bon. Trong khi bốn truyền thống Phật giáo ngoại trừ Jonang và truyền thống Bon được chính thức ghi danh với Chính phủ Tây Tạng lưu vong, thì truyền thống Jonang lại không. Lý do là khi người Tây Tạng chạy trốn khỏi Tây Tạng vào Ấn Độ, không có đại diện nào của truyền thống Jonang nộp các tài liệu thích hợp vì các lạt ma vĩ đại của Jonang vẫn ở lại Tây Tạng. Đây là lý do chính khiến Jonang không được thế giới phương Tây biết đến.

Tuy nhiên, vào năm 1998, một số nhà sư Jonang đã trốn khỏi Tây Tạng vào Ấn Độ và thấy được tầm quan trọng của việc duy trì truyền thống Jonang, Đức Dalai Lama đã tặng riêng Tu viện Jonang Takten Phuntsog Ling ở Shimla và bổ nhiệm Jetsun Dampa Khalka Rinpoche thứ 11 làm người đứng đầu Jonang lưu vong. Đức Dalai Lama cũng bày tỏ rằng Jonang đặc biệt cần duy trì dòng truyền thừa thực hành của giai đoạn phát sinh và hoàn thiện của *Mật pháp Kalachakra*. Sau đó, vào mùa hè năm 2002, Đức Dalai Lama đã đến thăm Tu viện Takten Phuntsog Ling trong bốn ngày để ban các quán đảnh và truyền bá giáo lý từ truyền thống Jonang, cũng như để thảo luận về mục đích ban đầu và tương lai của tu viện. Vào thời điểm đó, Thánh Đức Đạt Lai Lạt Ma đã nhấn mạnh tầm quan trọng của việc duy trì truyền thống Jonang vì đây là truyền thống duy nhất duy trì các chỉ dẫn hướng dẫn toàn bộ đầy đủ về các du già giai đoạn hoàn thiện của *Kalachakra Tantra*. Ngài cũng bày tỏ hy vọng rằng trong tương lai, Tu viện Takten Phuntsog Ling sẽ trở thành một trung tâm thiền định, nơi các hành giả của mỗi truyền thống Phật giáo Tây Tạng có thể đến để rèn luyện du già giai đoạn hoàn thiện của *Kalachakra Tantra*.

Vào mùa hè năm 2003, Jetsun Dampa Kalkin Rinpoche đã truyền dạy về *Thuốc Luyện Đan Tinh Túy của Taranatha về Các Giai Đoạn Phát Triển trên con Đường Đạo* cùng với một số lễ quán đảnh từ truyền thống

Jonang.[63] Sau đó, Đức Karmapa thứ mười bảy Orgyan Thinley Dorje cũng đã đến thăm Takten Phuntsog Ling ở Shimla và giảng dạy *Bài ca của Đức Karmapa thứ Mười Ba về việc Hiểu Quan Điểm của Giáo lý Sâu sắc Dứt khoát của Zhentong Madhyamaka.*[64] Ngài cũng bày tỏ rằng những vị tiền nhiệm Karmapa của ngài và bản thân ngài có mối quan hệ đặc biệt với hệ thống *zhentong* Madhyamaka, và các vị thầy chính của ngài đã nhấn mạnh đến quan điểm *zhentong* như thế nào.

Truyền thống Jonang có lịch sử lâu đời với các hệ thống học thuật khoa học sâu sắc, và dòng truyền thừa rộng khắp các bậc thầy đã chứng ngộ. Thật không may, Jonang không được thế giới phương Tây nhận biết và được trao địa vị ngang bằng với các truyền thống Phật giáo Tây Tạng khác do sự cô lập của nó. Bây giờ, khi truyền thống này đang được ghi danh với Chính phủ Tây Tạng lưu vong, khi những tấm gương của truyền thống này đang còn sống và đi truyền pháp bên ngoài Tây Tạng, và khi các tác phẩm quan trọng của Jonang đang được dịch sang tiếng Anh và các ngôn ngữ phương Tây khác, Jonang chắc chắn sẽ nhận được nhiều sự chú ý hơn. May mắn thay, nhờ sự hỗ trợ của Đức Dalai Lama, giáo lý của Jonang đã bắt đầu phát triển mạnh mẽ trên thế giới bên ngoài Tây Tạng.[65]

---

63 Tựa đề tiếng Tạng: *lam rim bdud rtsi'i nying khu*. Những quán đảnh này (dbang) là Avalokiteshvara từ dòng Gelongma Palmo (*dge slong ma dpal mo'i lugs kyi thugs rje chen po'i dbang*), và White Tara (*sgrol dkar*).

64 Tựa đề tiếng Tạng: *nges don gzhan stong dbu ma chen po'i zab chos go nyams lta ba'i glu*

65 Jamphal Lodro viết "Jonang Tulku Tashi Gyaltsen Rinpoche đã thành lập một số trung tâm ở New York, Georgia và Đài Loan. Ngài cũng tài trợ cho Lễ hội cầu nguyện Jonang vĩ đại ở Bodhgaya, Ấn Độ, nơi hơn một ngàn nhà sư đã tụ họp để kỷ niệm truyền thống này trong năm ngày mỗi năm kể từ năm 2002. Ngoài ra còn có một số lạt ma Dzamthang đã thành lập các trung tâm ở các thành phố lớn trong Trung Hoa, và hiện nay nhiều người Trung Hoa đã quan tâm đến các hướng dẫn thực hành Jonang của *Kalachakra Tantra.*"

QUAN ĐIỂM VÀ THỰC HÀNH CỦA TRUYỀN THỐNG JONANG

Tánh Không và Phật Tánh

Các truyền thống Phật giáo Đại thừa coi mọi thứ có thể được biết hoặc bản chất vĩnh cửu cuối cùng của hiện tượng thực tại là cái được gọi là "trống rỗng". Tuy nhiên, đây không phải là hư vô trống không hay trạng thái hư không; nó là lời khẳng định rằng không có gốc rễ căn bản nào cho sự thật có.

Những trải nghiệm thô thiển thông thường hiện tại của chúng ta, nhận thức về mọi hiện tượng trong tâm trí của chính mình, bao gồm cảnh tượng, âm thanh, mùi, vị, và cảm giác xúc giác là sự phản chiếu của tạng thức cơ bản trên mắt, tai, mũi, lưỡi, và cơ thể trong dòng nhận thức của một cá nhân. Nhận thức nền tảng phổ quát hoặc cơ sở này hoạt động giống như một tấm gương phản chiếu hình ảnh lên chính nó. Theo cách này, những gì có vẻ là bên ngoài xuất hiện trong nhận thức của chính mình.[66] Vì vậy, thậm chí ngay cả các tham chiếu khách quan cũng không thể được thiết lập một chút nào là tồn tại và thật có.

Vì các vật thể không thực sự hiện hữu tách biệt với sự phát triển của tạng thức của một cá nhân, nên mọi thứ mà chúng sinh bình thường

---

66 Thức nền tảng (*kun gzhi rnam shes*) là thức thứ tám trong tám loại thức được mô tả trong Trường phái Duy Thức của Phật giáo Đại thừa. Thức nền tảng đóng vai trò là nơi chứa đựng và lưu trữ những ấn tượng tiềm ẩn và dấu vết ký ức (*bag chags*) được tạo ra bởi các hoạt động của thân thể, lời nói, và tinh thần cho đến khi chúng được kích hoạt lại. Bảy loại thức khác là: năm thức cảm giác (*dbang po'i rnam shes*) bao gồm thức thị giác (*mig gi rnam shes*), thức thính giác (*rna ba'ii rnam shes*), thức khứu giác (*sna yi rnam shes*), thức vị giác (*lce'i rnam shes*), thức xúc giác (*lus kyi rnam shes*), thức tinh thần diễn dịch (*yid kyi rnam shes*), thức ô nhiễm cảm xúc (*nyon mongs pa'i yid kyi rnam shes*).

nhận thức đều là sự giả dối.[67] Khi coi những gì hiện hữu là không đúng, chỉ giống như là sự hóa hiện bởi một nhà ảo thuật, vạn vật bất biến và ổn định theo thực tại quy ước được hiểu là không thật có hoặc giống như ảo ảnh. Tuy nhiên, trong dòng tạng thức của chính mình, bản chất trống rỗng thường hằng của mọi thứ lại là liên tục thường hằng và vĩnh cửu.[68] Bất kể điều gì xảy ra, sự liên tục này duy trì một đại lạc bất biến không bao giờ có thể bị tổn hại. Vì nó không có sự giả dối, nên nó không thể lường gạt. Đây là lý do tại sao nó được cho là thực có và bất biến.

Nhìn chung, chỉ có người hiện thực hóa Phật quả siêu việt mới thấm nhuần ý thức toàn tri, tức thời nhận thức các hiện tượng không lừa dối và mọi thứ có thể được biết là bản chất thực sự của thực tại. Thông qua lòng từ bi yêu thương vĩ đại của mình, một vị Phật trở thành nguồn nương tựa với sức mạnh và khả năng không thể tưởng tượng nổi để bảo vệ chúng sinh vô hạn bị mê hoặc. Tương tự như vậy, Đức Phật Thích Ca Mâu Ni thị hiện như sự phản chiếu trên một tấm gương bằng cách xuất hiện dưới vô số hình dạng để mang lại lợi ích cho chúng sinh. Những cái tên được đặt cho tiềm năng giác ngộ bẩm sinh này bao gồm: "Phật tính", "phương thức cơ bản của sự hiện hữu của một chúng sinh", "bản chất giác ngộ cơ bản của một chúng sinh" hoặc "Tam Bảo Tối Thượng".

Bên trong tất cả chúng ta, trong dòng tâm thức của mọi chúng sinh, từ vô thỉ cho đến tận khoảnh khắc này, đều có một bản chất giác ngộ bẩm sinh thấm nhuần. Bản chất này được ví như một viên ngọc trong bình, một

---

67 Những khuynh hướng vô thức tiềm ẩn và khuynh hướng nghiệp chướng còn sót lại (*bag chags*) trong tạng thức là nguồn gốc của những "sự phát triển của tạng thức". Sự phát triển (*mched pa*) là sự kích hoạt lại những dấu vết tiềm ẩn được ví như những hạt giống (*sa bon*) chín thành những trái cây (*'bras bu*) của kinh nghiệm.

68 Nền tảng của nhận thức nguyên sơ (*kun gzhi ye shes*) là một thuật ngữ phân biệt bản chất cơ bản tiềm ẩn của nhận thức trí tuệ nguyên sơ với nhận thức của tạng thức. Đây là một thuật ngữ kỹ thuật được Dolpopa Sherab Gyaltsen và các tác giả Jonang sau này sử dụng.

đứa trẻ trong bụng mẹ, hoặc một kho báu dưới lòng đất.[69] Do các thế lực che khuất của đam mê, hung hăng, và vô minh, chúng sinh bình thường đã không nhận ra bản chất bẩm sinh này. Cho đến bây giờ, chúng ta đã lang thang vô định trong suốt các chu kỳ luân hồi bất tận mà không nhận ra tiềm năng của chính mình. Tuy nhiên, thông qua sự nội quán toàn hảo, có thể nhận ra phương thức tồn tại thực sự này của bản thể chúng ta.

Đối với những ai không nhận ra ngay bản chất của mình thông qua thực hành thiền định, thì có tâm trí tuệ vô nhiễm của Đức Phật Thích Ca Mâu Ni, và những lời bình luận của các tác giả như đấng bảo hộ Nhiếp chính Di Lặc (Maitreya), những lời bình giảng của Sáu Nhân Vật Tôn Kính làm đẹp thế giới của chúng ta, và những lời bình giảng của Hai Đấng Tuyệt vời hướng dẫn chúng ta trên con đường thiền định.[70] Ngoài ra, bằng cách dựa vào những chỉ dẫn khẩu truyền của một bậc thầy Jonang đủ tiêu chuẩn, người được ban tặng cả kiến thức và sự chứng ngộ, và có thể trực tiếp giới thiệu bản chất giác ngộ thông qua sự bảo đảm của chính họ, một hành giả sẽ khám phá ra cách phát triển sự tự tin và niềm tin vào bản chất bẩm sinh của chính họ. Sau đó, bằng cách nuôi dưỡng sự ổn định thiền định về những gì được giới thiệu, một hành giả bắt đầu thực hành con đường sâu sắc của Sáu Du Già và giai đoạn hoàn thành của *Mật Pháp Kalachakra*. Bằng cách có được các dấu hiệu và chỉ dẫn của thành tựu du già, một bậc thầy sẽ dần dần tiến bộ trên con đường thiền định cho đến khi

---

69   Đây là một tham chiếu đến chín phép so sánh về bản chất giác ngộ từ Uttaratantra, Chuỗi vô song: "Một vị Phật trong một bông sen thối, những con ong giữa mật ong, một hạt nhân trong vỏ của nó, vàng trong bụi bẩn, một kho báu dưới lòng đất, chồi ra từ một quả nhỏ, một hình ảnh của Đấng chiến thắng trong một mảnh giẻ rách, một vị vua vũ trụ trong thai cung của một người phụ nữ khốn khổ, một hình ảnh quý giá trong đất sét. Tương tự như vậy, bản chất cố hữu của một người bị che khuất bởi những biến dạng của những đau khổ thoáng qua, bản chất giác ngộ ngự trị trong tất cả chúng sinh."

70   "Sáu Đấng Tôn Kính" là sáu triết gia vĩ đại của Phật giáo Ấn Độ: 1) Long Thọ; 2) Thánh Thiên; 3) Vô Trước; 4) Thế Thân; 5) Trần Na; 6) Pháp Xứng.

Phật quả được sinh ra ở bên trong. Trừ khi chúng ta biểu hiện hạt giống Phật quả nằm im trong chính mình, chúng ta sẽ không bao giờ tìm thấy một vị Phật mới sáng chói ở nơi nào khác, vì nguyên nhân để trở thành một vị Phật không tồn tại ở bất kỳ nơi nào khác.

Zhentong: Sự Trống rỗng Bên ngoài

Đối với quan điểm triết học phi thường của truyền thống Jonang, nó được gọi là "zhentong", "sự trống rỗng khác" hay là "sự trống rỗng bên ngoài". Lý do tại sao nó được gọi là sự trống rỗng "khác" hoặc "bên ngoài" là vì quan điểm này diễn đạt cách bản chất tối thượng của thực tại là thoát khỏi hoặc trống rỗng mọi thứ "khác" ngoài bản chất thiết yếu tuyệt đối của nó. Nói cách khác, nó trống rỗng mọi thứ sai lầm trong thực tại tương đối hời hợt. Bởi vì đây là lời khẳng định, nên quan điểm này được gọi là "sự trống rỗng cái khác". Do đó, người ta nói rằng những người ủng hộ quan điểm *zhentong* này coi thực tại quy ước thông thường là *rangtong*, hoặc trống rỗng sự tồn tại nội tại của chính nó, trong khi họ coi thực tại tối thượng rốt ráo là trống rỗng mọi thứ khác ngoài chính nó.

Nhìn chung, có truyền thống trong Phật giáo Tây Tạng của một số học giả chỉ trích và bác bỏ các quan điểm và giáo điều triết học đối lập với hệ thống tư tưởng của riêng họ. Ví dụ, học giả Sakya Gorampa (1429-1489) đã chỉ trích Tsongkhapa (1357-1419) về Sáu Mươi Điểm Drong Tsong, và học giả Taktsang (sinh năm 1405) tiếp tục làm ông thêm gánh nặng với Mười Tám Gánh Lớn của Mâu Thuẫn. Tương tự như vậy, một số học giả đã quay lưng lại với truyền thống Jonang trong nỗ lực tranh luận về quan điểm của họ. Có lẽ những người này có chương trình nghị sự riêng của họ, hoặc có lẽ họ chỉ đơn giản là hiểu sai ý nghĩa của quan điểm và giáo lý Jonang do chiều sâu và sự sâu sắc của những quan điểm này. Dù trường hợp nào đi nữa, thì loại thiên vị này vẫn tồn tại. Cũng có thể lý do chính khiến những lời chỉ trích như vậy vẫn tồn tại là vì quan điểm trung tâm của truyền thống Jonang là bản chất cuối cùng của thực tại thực sự tồn tại, và vì Phật tử đều biết rằng "mọi hiện tượng đều không có sự tồn tại thực sự", nên quan điểm *zhentong* không phù hợp với đôi tai của những nhà phê bình này.

Trước đây ở Ấn Độ, có một hệ thống triết học được gọi là Samkhya, và triết lý của họ để xuất một bản chất chính mà mọi thứ được biết đến đều được tạo ra.[71] Những người chỉ trích quan điểm *zhentong* coi nó như thể họ đang bác bỏ khái niệm Samkhya về một bản chất thực sự tồn tại, và sau đó họ hành động như thể họ đang bác bỏ quan điểm *zhentong* của Jonang. Bỏ qua một bên mọi thành kiến và định kiến, hãy giả sử rằng chúng ta có thể chứng minh rằng triết học Samkhya hoàn toàn sai lầm. Ngay cả khi chúng ta thừa nhận điều này, thì những gì các học giả Jonang gọi là "bản chất giác ngộ thực sự tồn tại" hoặc "bản chất tối thượng của thực tại" không giống với nguyên tắc cơ bản được thiết lập bởi hệ thống Samkhya. Những gì Phật tử Đại thừa biết là sự thực sự tồn tại cần phủ nhận được hiểu một cách dễ dàng là khác với những gì quan điểm *zhentong* khẳng định, và những gì quan điểm *zhentong* khẳng định được hiểu một cách dễ dàng là khác với những gì hệ thống Samkhya khẳng định.

Những gì Phật tử Đại thừa gọi là "bản chất tối hậu của thực tại" thực sự được thiết lập thật ra thì khác biệt rất nhiều so với sự tồn tại thực sự cần

---

71 Hệ thống Samkhya (*grangs can pa*) của triết học Ấn Độ cổ điển được nhà hiển triết Kapila phát triển vào thế kỷ thứ bảy và đầu thế kỷ thứ tám trước Công nguyên. Nguyên lý cơ bản của hệ thống triết học nhị nguyên này là toàn bộ vũ trụ bắt nguồn từ hai nguyên lý: nguyên lý hữu hình sơ cấp (Skt: *purusa*) và nguyên lý vô hình sơ cấp (Skt: *prakirti*) hòa trộn để tạo ra ba phẩm chất (Skt: *gunas*) sau đó tương tác để tạo ra trí thông minh cơ bản (Skt: *buddhi*) từ đó bản sắc vị kỷ được sinh ra.

phủ nhận.[72] Lý do cho điều này là sự tồn tại thực sự cần phủ nhận chỉ có thể được biết đến bởi tâm trí khái niệm của chúng sinh bình thường, nhận thức ảo tưởng bị hư hỏng bởi sự vô minh. Vì ý nghĩa thực sự của Phật tính hoặc bản chất giác ngộ được khám phá thông qua trí tuệ nguyên sơ của sự cân bằng thiền định được các bậc cao tăng nhận ra, nên đó là một khám phá đích thực. Trên thực tế, việc họ tìm thấy nó làm cho nó trở thành sự thật. Nếu khám phá của họ không xác thực, thì trí tuệ nguyên sơ của sự cân bằng thiền định sẽ phải là khái niệm.

Nếu một cái gì đó không phù hợp với ý nghĩa thực sự của những gì có thể được khám phá, và nếu nó có thể đánh lừa tâm trí khái niệm, thì nó không thể được chấp nhận là sự thật. Bởi vì điều này, trí tuệ nguyên sơ của sự cân bằng thiền định được các bậc cao tăng nhận ra được tìm thấy là sự thật, và được cho là thực sự tồn tại. Điều này là do tâm khái niệm thông thường không thể khẳng định hoặc phủ nhận ý nghĩa thực tế mà các bậc cao tăng khám phá ra. Ví dụ, giả sử bản chất tối hậu của thực tại không thực sự tồn tại. Nếu nó thiếu sự tồn tại thực sự, thì nó có thể đánh lừa những tâm trí nhận thức được nó. Do đó, không ai có thể chứng minh nó là đúng. Vì vậy, thật hợp lý khi khẳng định rằng bản chất tối hậu của thực tại thực sự tồn tại vì những gì thực sự tồn tại không đánh lừa những người nhận thức được nó. Nếu không phải như vậy, và sự sai lầm là có thật, thì mọi người sẽ muốn liên tục khẳng định những điều vô lý của riêng mình dựa trên sự lừa dối của họ.

Một số người nói rằng việc không tìm thấy bất cứ thứ gì của tâm khái niệm là khám phá ra bản chất tối hậu của thực tại. Trên thực tế, ý nghĩa

---

72 Jamphal Lodro viết: "Bởi vì những người theo quan điểm triết học Jonang *Zhentong* chấp nhận rằng cần phải nhận ra sự vắng mặt của bản chất hai mặt của bản ngã cố hữu và hiện tượng để trở thành một vị Phật, và bởi vì quan điểm chung của Phật giáo là hai loại chấp ngã này khiến chúng sinh lang thang trong luân hồi, nên không phải hơi lạ sao khi mọi người chỉ trích quan điểm này?"

của việc không tìm thấy khái niệm này chỉ là dấu hiệu của tâm nhị nguyên diễn ngôn. Một tâm trí thoát khỏi nhận thức nhị nguyên chắc chắn sẽ tìm thấy ý nghĩa thực sự. Nếu một tâm trí thoát khỏi nhận thức nhị nguyên không thể tìm thấy ý nghĩa thực sự, thì tâm phi nhị nguyên này nhận thức được bản chất thực sự của thực tại cũng sẽ không được coi là có ý nghĩa. Tuy nhiên, cố gắng duy trì một tâm trí liên tục liên hệ với nhận thức nhị nguyên của nó là điều mệt mỏi.

Bên cạnh những lời chỉ trích ít ỏi đáng buồn này, những chủ đề gây tranh cãi nhất trong triết học Jonang là quan điểm của nó về bản chất tối hậu của thực tại và sự phủ nhận rõ ràng của nó về tính không. Mặc dù các học giả ủng hộ hư vô như những người ủng hộ quan điểm về tính không nội tại hoặc *rangtong* tuyên bố bác bỏ *zhentong* bằng cách trích dẫn kinh điển rộng rãi hoặc thông qua lý luận, những nhà phê bình này đã chọn một phần nhỏ các tác phẩm về *zhentong* và họ chưa trình bày đầy đủ về chúng. Đây là lý do tại sao người ta nói rằng những người ủng hộ quan điểm về Tính Không cố hữu đã không nhận ra bản chất tối hậu của thực tại.

Lý do cho điều này là các học giả này coi bộ giáo lý cuối cùng của Đức Phật Thích Ca Mâu Ni, Chuyển Pháp Luân lần thứ ba là sai lầm và chỉ có ý nghĩa tạm thời.[73] Bởi vì Đức Phật đã dạy ba lần Chuyển Pháp Luân liên tiếp để hướng dẫn các đệ tử của mình ngày càng kỹ lưỡng hơn, nên không thể có chuyện Chuyển Pháp Luân cuối cùng của Đức Phật là tạm thời. Thêm vào đó, Đức Phật của tương lai, Đức Di Lặc chiến thắng đã bình luận về bộ giáo lý cuối cùng này là có ý nghĩa dứt khoát. Tương tự như vậy, Arya Asanga, người được chính Đức Phật tiên tri là người sẽ phân biệt ý nghĩa dứt khoát với ý nghĩa tạm thời của các kinh điển, đã tuyên bố rằng

---

73 Nghĩa tạm thời (*neyartha, drang don*) trái ngược với nghĩa xác định (*nitartha, nges don*). Đây là những lược đồ diễn giải được sử dụng cho Ba lần chuyển bánh xe Pháp.

ý nghĩa dứt khoát cuối cùng của giáo lý Đức Phật nằm trong bộ bài giảng cuối cùng của ngài.

Mặc dù một số người nói rằng Nagarjuna không dạy *zhentong*, nhưng điều này không hoàn toàn chính xác. Nagarjuna đã biên soạn một tập hợp các bài ca tụng, ca ngợi ý định khai ngộ của Đức Phật qua Chuyển Pháp Luân cuối cùng, và đây là những bài cảm thán toàn hảo của *zhentong*. Thực tế là những người ủng hộ *rangtong* hay tính không nội tại như một nguyên lý cơ bản của thực tại không có nguồn kinh điển cụ thể để chứng minh điều này. Do đó, họ đã tạo ra những mâu thuẫn nội tại chỉ dẫn đến cãi vã. May mắn thay, những người ủng hộ *zhentong* hay tính không ngoại tại không có những mâu thuẫn này vì họ hiểu được ý định giác ngộ của Đức Phật chỉ bằng cách dựa vào các nguồn kinh điển của Di Lặc và Arya Asanga.

Hơn nữa, mặc dù những người ủng hộ quan điểm *rangtong* không tuyên bố rằng bản chất tối thượng của thực tại thực sự hiện hữu, nhưng điều này là không thể theo giáo lý cao siêu về Tính Không. Lý do cho điều này là nếu bản chất tối thượng của thực tại là Tính Không, thì nó sẽ trở nên hời hợt giống như bản chất tương đối của thực tại, và do đó nó sẽ không có sự tồn tại thực sự. Điều này có nghĩa là bản chất tối thượng của thực tại sẽ không thể chịu được sự nghiên cứu thâm sâu. Khi đó, thực tại tối thượng và thực tại tương đối sẽ sụp đổ vào nhau.

Sáu Yoga của Kalachakra

Người ta có thể tự hỏi loại con đường nào dẫn đến sự biểu hiện của bản chất giác ngộ không thể tách rời khỏi nền tảng và kết quả thiết yếu, và tồn tại trong chính mình và tất cả chúng sinh như Phật quả xuất hiện trong ba chiếu giác ngộ của nó.[74] Theo truyền thống Jonang, mặc dù có nhiều con đường hướng đến sự giác ngộ, nhưng con đường chính là con đường hiện thực hóa thông qua sự dựa vào sáu du già giai đoạn hoàn thiện phụ trợ của *mật pháp Kalachakra*. Đây là con đường tiên quyết của sự thích hợp theo phương tiện thiền định độc đáo của truyền thống Jonang.

Để thực hiện các du già này, trước tiên cần phải chuẩn bị bằng cách thực hành năm bước chuẩn bị thông thường. Sau đó, khi đã hoàn thành những bước này, người ta thực hành hai bước chuẩn bị phi thường của giai đoạn hoàn thiện cho đến khi đến lúc tích hợp Sáu yoga của giai đoạn hoàn thiện vào trải nghiệm của chính mình. Tóm tắt ngắn gọn về năm bước chuẩn bị chung như sau.

1. Hiểu được Tam Bảo là chân chính như thế nào; hiểu được Đức Phật thực sự là một chúng sinh giác ngộ như thế nào; và hiểu được cách mà thông qua việc biết giáo lý của Đức Phật là chân chính, một chúng sinh bình thường có thể trở thành một vị Phật. Khi hiểu được những điểm này là có giá trị, hãy quyết định bằng niềm tin của riêng bạn đâu là nguồn quy y hoàn hảo, sau đó lạy và tìm nơi quy y bằng thân, khẩu, và ý của bạn.

2. Hãy quán chiếu rằng tất cả chúng sinh đã từng là cha mẹ vô cùng tử tế của bạn, và hãy nghĩ về cách mà bằng cách nương tựa vào tâm giác ngộ của Bồ đề tâm mang lại lợi ích cho người khác, bạn sẽ được thiết lập trong trạng thái giác ngộ của Phật quả như thế nào. Biết được điều gì cần đạt được, hãy quyết định rèn luyện tâm của bạn.

---

74 Ba đặc tính hay ba thân giác ngộ của Phật quả (*trikaya, sku gsum*) là: đặc tính của sự hóa hiện (Skt: *nirmanakaya*, Tib: *sprul sku*), đặc tính của sự hân hoan (Skt: *sambhogakaya*, Tib: *longs sku*), và đặc tính của thực tại tối thượng (Skt: *dharmakaya*, Tib: *chos sku*).

3. Để tạo ra giai đoạn hoàn thiện sâu sắc của mật pháp Kalachakra trong dòng tâm thức của bạn, và để thanh lọc những che lấp, tiêu cực, chướng ngại về tinh thần và cảm xúc, hãy hình dung hình dạng siêu việt của Vajrasattva và trì tụng thần chú một trăm âm.

4. Để tích lũy các công đức và duyên thuận lợi, hãy thực hiện công hạnh toàn hảo của sự rộng lượng hào phóng thông qua việc cúng dường mandala.

5. Bởi vì tất cả các phước lành đều tuôn chảy từ các bậc thầy giác ngộ, hãy thực hành đạo sư (guru yoga) bằng cách hòa trộn tâm trí của bạn một cách không thể tách rời với vị thầy gốc của bạn.

Đây là những bước chuẩn bị thông thường.

Sau khi đã thực hiện những bước chuẩn bị thông thường này, hành giả sẽ tiến tới những bước chuẩn bị phi thường, vốn chỉ dành riêng cho các pháp du già giai đoạn hoàn thiện của *mật pháp Kalachakra*. Theo Kim Cang thừa bí mật, để đảo ngược sự tham gia vào những trải nghiệm ảo tưởng và hoàn cảnh đối nghịch, người ta sẽ thực hành giai đoạn phát sinh của vị bổn tôn Kalachakra (và phối ngẫu tâm linh) song hiện. Sau khi thiền định về giai đoạn phát sinh đã được tu tập, người ta sẽ thực hiện các tư thế ban đầu của giai đoạn hoàn thiện *mật pháp Kalachakra*. Thông qua sự hỗ trợ của nhiều tư thế cơ thể và các phương tiện chuyên biệt để an trú trong sự tĩnh lặng, người ta sẽ hoàn thành mười dấu hiệu của sự rạng rỡ bên trong.[75] Đây là hai hành trì phi thường.

---

75 Mười dấu hiệu của sự tỏa sáng bên trong (*'od gsal rtags bcu*) là: 1) khói (*du ba*); 2) ảo ảnh (*smig rgyu*); 3) mây (*sprin*); 4) đom đóm (*me khyer*); 5) ánh sáng mặt trời (*nyi ma*); 6) ánh trăng (*zla ba*); 7) sự rực rỡ của đá quý (*rin po che 'bar ba*); 8) nhật thực (*sgra gcan*); 9) ánh sao (*skar ma*); 10) tia sáng (*'od zer*).

Tiếp theo là các thực hành chính của sáu du già phụ trợ giai đoạn hoàn thiện của Kalachakra. Chúng như sau.

1. Du già đầu tiên là sự triệt thoái. Được hỗ trợ bởi việc thực hành thiền định suốt ngày đêm, người lão luyện sẽ hấp thụ, ổn định và hòa tan mười luồng khí quan trọng vào kênh trung tâm của một người theo các mức độ giải trừ phù hợp.[76] Thông qua quá trình thiền định này, sáu dấu hiệu ban ngày và bốn dấu hiệu ban đêm xuất hiện, và người thành thạo sẽ đạt được những nhận thức không thể tưởng tượng được về các vật thể như những hình thức trống rỗng.

2. Du già thứ hai là sự thiền định tập trung. Thông qua du già này, nhận thức về các hình thức trống rỗng và nhận thức của một người đang nhận thức bên trong hợp nhất không thể phân chia. Sau đó, người thành thạo tham gia vào năm hình thức trống rỗng một cách trải nghiệm như năm tham chiếu bên ngoài của hình sắc, âm thanh, mùi, vị, và cảm giác xúc giác.

3. Du già thứ ba là khai thác sức sống của một người. Bằng cách dựa vào du già của các luồng khí quan trọng, phương pháp mạnh mẽ để khai thác sức mạnh duy trì sự sống của một người, và thông qua du già của sự tập trung thiền định kết hợp nhận thức và các hình thức trống rỗng, năm luồng khí chính và năm luồng khí phụ được

---

76 Mười luồng gió quan trọng (*rlung bcu*) là: 1) hơi thở (*srog 'dzin*); 2) tiết dịch (*thur sel*); 3) lời nói (*rgyen rgyu*); 4) tiêu hóa (*mnyam rgyu*); 5) trao đổi chất (*khyab byed*); 6) rắn ngậm (*klu*) kết nối với mắt; 7) rùa (*ru sbal*) kết nối với tim; 8) Brahma (*tshang pa*) kết nối với mũi; 9) Devadatta (*lha sbyin*) kết nối với lưỡi; 10) Vua của sự giàu có (*nor lha rgyal*) kết nối với toàn bộ cơ thể.

thống nhất.[77] Việc đưa những luồng khí này vào kênh trung tâm của một người và sáu trung tâm luân xa vi tế sẽ ngừng lưu thông các kênh phải và trái, và người thành thạo đạt được sự thành thạo đối với các kênh và luồng khí.[78] Một khi kỹ thuật du già này được ổn định, người thành thạo không còn phụ thuộc vào thức ăn thô để nuôi dưỡng mà được nuôi dưỡng bằng gió.

4. Du già thứ tư là duy trì. Nhờ huy động lực sống, người thành thạo có thể duy trì các chất lỏng thiết yếu của cơ thể và do đó hợp nhất các hình thức trống rỗng, gió, và nhận thức. Thông qua du già này, ba thứ này hòa vào các quả cầu tinh dịch bất hoại. Các quả cầu này tiếp tục tồn tại trong sáu trung tâm luân xa vi tế. Bằng cách dựa vào du già của các quả cầu tinh dịch bí mật này, người thành thạo cũng hòa hợp các tinh chất vi tế và các quả cầu tinh dịch của đại lạc với bốn dấu ấn tượng trưng. Thông qua việc thực hành liên tục tạo ra đại lạc và an bình, đại lạc và an bình bất biến được duy trì.[79]

5. Yoga thứ năm là hồi tưởng. Thông qua du già hồi tưởng này, người thành thạo đạt được sự làm chủ mạnh mẽ đối với các tinh chất vi tế được giữ lại bởi bốn dấu ấn tượng trưng. Cụ thể hơn, bằng

---

77   Năm luồng gió quan trọng chính (*rtsa ba'i rlung nga*) là: 1) duy trì sự sống (*srog 'dzin*); 2) hướng lên trên (*me mnyam*); 3) lan tỏa (*khyab byed*); 4) cân bằng lửa (*gyen rgyu*); 5) thanh lọc xuống dưới (*thur sel*).

78   Sáu luân xa này là: 1) không gian ở đỉnh đầu (*gtsug gtor nam mkha'*); 2) phúc lạc ở trán (*dpral ba bde ba*); 3) khoái lạc ở cổ họng (*mgrin pa longs spyod*); 4) thực tại ở tim (*snying kha chos*); 5) sự phát ra ở rốn (*lte ba sprul pa*); 6) phúc lạc duy trì ở nơi bí mật (*gsang gnas bde skyong*). Có ba kênh chính (*rtsa*) trong cơ thể vi tế: kênh trung tâm (*dbu ma*), kênh phải (*ro ma*) và kênh trái (*rkyang ma*).

79   Bốn con dấu ấn tượng trưng (*phyag rgya bzhi*) này là: 1) Con dấu lớn (*phyag rgya chen po*); 2) Con dấu thực tế (*chos kyi phyag rgya*); 3) Con dấu cam kết thiêng liêng (*dam tshig phyag rgya*); 4) Con dấu hoạt động (*las kyi phyag rgya*).

cách được hỗ trợ bởi các dấu ấn tượng trưng của các hình thức trống rỗng vô hạn và liên tục rút ra trí tuệ nguyên sơ của bốn niềm vui, người thành thạo luôn không thể tách rời khỏi đại lạc bất biến tối cao.

6. Du già thứ sáu là sự hấp thụ thiền định. Làm chủ được du già của sự hồi tưởng, và dựa vào trí tuệ nguyên sơ của đại lạc liên tục, không thể tách rời, tối thượng bất biến, người thành thạo dần dần khuếch tán mười hai quả cầu tinh dịch bất tịnh. Bằng cách ổn định sự hấp thu thiền định, và tiến triển liên tiếp qua mười hai giai đoạn hấp thu, người thành thạo đạt được sự hợp nhất nhỏ với thân song hiện của vị bổn tôn Kalachakra (và vị phối ngẫu tâm linh).

Dần dần, người thành thạo thống nhất Tính Không và đại lạc một cách bình đẳng để hòa nhập phối ngẫu nam và nữ trong vòng tay giác ngộ. Đây là vị bổn tôn Kalachakra đồng hiện ra trong dòng liên tục ý thức của một người. Việc hiện thực hóa thân, giọng nói và tâm trí của vị hộ Phật Kalachakra bên trong chính mình như một dòng đại lạc liên tục được trải nghiệm cho phép người thành thạo hóa hiện theo vô số cách để mang lại hạnh phúc cho chúng sinh một cách không cần nỗ lực và tự phát. Đây là quả vị tối thượng của Phật quả.

Phương pháp thiền định hiện hình kỳ diệu để
Nhận được đại lạc của một người phối ngẫu thể chất như một hình thức
trống rỗng,
Và như sự nhận thức liên tục và vĩnh cửu của sự vui tươi,
Tiếp tục nhân lên vô số lần trên những ngọn núi tuyết!

TRUYỀN THỐNG GELUK

LỊCH SỬ CỦA TRUYỀN THỐNG GELUK

Chiếc Mũ Vàng

Như Đức Phật đã tiên tri trong bộ kinh có tựa đề là *Vua của Lời Khuyên*, Pháp Vương Jetsun Tsongkhapa đã thành lập Tu viện Ganden hay Thánh địa Chiến thắng của Hỷ Lạc trên một sườn núi bên ngoài thành phố Lhasa, miền Trung Tây Tạng.[80] Truyền thống của nơi này ban đầu được gọi là "Gandenpa" theo tên của tu viện, và sau đó được phổ biến thành "Geluk".

Khi nhà sư thế kỷ thứ mười, và là người phục hồi các quy tắc đạo đức của Phật giáo, Lumey Tsultrim Sherab rời khỏi bậc thầy vĩ đại Gongpa Rabsal để thực hiện chuyến hành trình đến miền Trung Tây Tạng, ông đã được trao một chiếc mũ vàng để đội để tưởng nhớ đến người thầy của mình. Từ thời điểm đó trở đi, các nhà sư của truyền thống Geluk đã đội mũ vàng như một biểu tượng cho sự cống hiến của họ cho Vinaya hoặc

---

80 Tựa đề tiếng Tạng: *gdams ngag 'bogs pa'i rgyal po*.

giáo lý đạo đức của Đức Phật. Để biểu thị sự tuân thủ của chính mình đối với Vinaya, Tsongkhapa cũng đội một chiếc mũ vàng trong khi giảng dạy, và cuối cùng Geluk được gọi là truyền thống "mũ vàng".

Đại sư Jetsun Tsongkhapa

Jetsun Tsongkhapa Lozang Drakpa (1357-1419) sinh ra tại Tsongkha, quận Domey của Amdo, Viễn Đông Tây Tạng. Năm tám tuổi, Tsongkhapa đã nhận được lời nguyện xuất gia từ Choje Dondrup Rinchen, và được ban cho pháp danh "Lozang Drakpa". Khi mười sáu tuổi, ngài rời gia đình đến miền Trung Tây Tạng, nơi ngài gặp nhiều bậc thầy đáng kinh ngạc bao gồm Lama Uma, Choje Remdawa, bậc thầy lão luyện Karmavajra đến từ Lodrak, và các bậc thầy Jonang Chogle Namgyal và Nyawon Kunga Pal. Sau đó, Tsongkhapa đã dành một thập niên với những bậc thầy vĩ đại này để nghiên cứu các bình luận và hướng dẫn thực hành từ mỗi truyền thống Phật giáo Tiểu thừa, Đại thừa, và Kim Cương thừa khác nhau. Cuối cùng, ngài trở nên vô song về kiến thức của mình về các chủ đề chung của khoa học Phật giáo, và danh tiếng của ngài như một học giả và bậc thầy lão luyện lan truyền khắp mọi hướng.

Tsongkhapa đã nhận được sự truyền giới đầy đủ từ Khenpo Tsultrim Rinchen, người đã duy trì dòng truyền thừa giới luật của Pandita Shakya Shri vĩ đại, và thông qua việc tuân thủ cẩn thận ngay cả những lời nguyện nhỏ nhất, ngài đã trở nên được kính trọng là người nắm giữ hàng đầu của bộ luật tu viện Vinaya ở Tây Tạng. Với sự hỗ trợ và tôn trọng của các học giả và bậc lão thành vĩ đại thời bấy giờ, Tsongkhapa đã khởi xướng Lễ hội cầu nguyện lớn ở Lhasa, trong lễ khánh thành, ông đã đặt những vương miện bằng đá quý lên trên các bức tượng Jowo Shakyamuni, Manjuvara, và Avalokiteshvara trong ngôi đền trung tâm.

Ở tuổi năm mươi ba, Tsongkhapa đã thành lập Tu viện Namgyal ở vùng cao nguyên miền Trung Tây Tạng, nơi ông đã giảng dạy rộng rãi. Trong số những tác phẩm nổi tiếng nhất của ông là *The Essential Elucidation of the Definitive and Provisional Meanings, The Illuminated Lamp of Five Stages, The Great Exposition on the Stages of the Path*, và *The Great Exposition on the Stages of Tantra.*[81] Tsongkhapa cũng có nhiều học trò, bao gồm bốn đệ tử thân cận, năm đệ tử thành tựu, bốn đệ tử nghèo khó, tám đệ tử thanh tịnh, hai đệ tử chính, bốn đệ tử trưởng, mười bậc sáng chói của giáo lý, sáu vị Bồ tát, hai học giả lỗi lạc và uyên bác, và sáu đệ tử vĩ đại đã truyền bá Phật giáo rộng rãi khắp Tây Tạng.

Sau khi Jetsun Tsongkhapa viên tịch, ngôi vị trụ trì của ngài tại Tu viện Ganden được đệ tử của ngài là Gyaltsab Dharma Rinchen (1364-1432) nắm giữ, và sau đó là Khadrup Gelegs Pal Zangpo (1385-1438). Sự thừa kế này vẫn tiếp tục cho đến ngày nay, người nắm giữ ngai vàng Ganden thứ một trăm lẻ một. Tsongkhapa có nhiều đệ tử trên khắp ba tỉnh của Tây Tạng, và do đó, giáo lý và dòng dõi của Ganden đã phát triển mạnh mẽ.

Các Tu viện Geluk

Vào năm 1419, đệ tử của Tsongkhapa là Jamyang Choje (1379-1449) đã thành lập quần thể tu viện lớn là Tu viện Tashi Drepung, và cùng năm đó, Jamchen Choje đã thành lập Tu viện Sera Thegchen. Sau đó, vào năm 1447, đệ tử của Tsongkhapa và Đức Đạt Lai Lạt Ma đầu tiên, Gendun Drub (1319-1474) đã thành lập Tu viện Tashi Lunpo. Cả ba tu viện này cùng với Ganden là bốn quần thể tu viện chính của truyền thống Geluk ở miền Trung Tây Tạng, và đã trở thành hình mẫu cho các tu viện Geluk khác.

Đặc biệt, trong vùng Amdo của Viễn Đông Tây Tạng, có bốn tu viện Geluk được gọi là "Bốn Tu viện Lớn của phương Bắc" tuân theo chương trình giảng dạy về nghiên cứu và thiền định được duy trì bởi

---

81 Tựa đề tiếng Tạng: *drang nges legs bshad snying po, rim lnga gsal sgron, lam rim chen mo, sngags rim chen mo.*

bốn tu viện Geluk chính ở miền Trung Tây Tạng. Trước cuộc đời của Jetsun Tsongkhapa, vào năm 1349, Choje Dondrup Rinchen đã thành lập Tu viện Chakyung Tekchen Yontan Dargye ở Domey, và sau này trở thành một tu viện duy trì các dòng truyền thừa giáo lý và thực hành của truyền thống Geluk; vào năm 1604, Gyalse Donyod Gyatso thành lập Tu viện Gon Lung Jampa; vào năm 1649, Chuzang Namgyal Paljor thành lập Tu viện Chuzang Ganden Mingyur vĩ đại ở Domey; vào năm 1650, Khenpo Tsadpo Dondrup Gyatso thành lập Tu viện Serkhog Ganden Damcho. Cùng nhau, những tu viện này đại diện cho "Bốn Tu viện Lớn của phương Bắc" của truyền thống Geluk.

Vào năm 1709, Jamyang Shepa (1648-1721) đã thành lập Tu viện Labrang Tashikhyil ở Đông Bắc Tây Tạng, và các tu viện phụ nhỏ hơn đã được xây dựng trên khắp Tây Tạng. Ngày nay, Tu viện Ganden, Tu viện Drepung và Tu viện Sera đã được tái lập tại Ấn Độ với hơn mười ngàn nhà sư, và truyền thống Geluk tiếp tục phát triển các trung tâm học tập trên khắp thế giới. Mô hình cơ bản cho chương trình giáo dục của truyền thống Geluk vẫn tiếp tục được sử dụng cho đến ngày nay được thiết kế bởi Tsongkhapa và hai đệ tử thân cận nhất của ngài, Gyaltsab Darma Rinchen và Khadrup Gelegs Pal Zangpo. Ngoài các nghiên cứu chính này, các chương trình giảng dạy khác nhau đã được phát triển bởi các bậc thầy sau này của dòng truyền thừa như Sera Jetsun Chokyi Gyaltsen (1469-1546), Panchen Sonam Drakpa (1478-1554), Zhang Gaway Lodro và Jamyang Shepa.

QUAN ĐIỂM VÀ THỰC HÀNH CỦA TRUYỀN THỐNG GELUK

Ba Khía cạnh của con Đường đạo

Giai đoạn đầu tiên đối với bất kỳ ai tìm kiếm sự tự do về mặt tinh thần và Phật quả toàn tri là trở nên thực sự thất vọng với mọi khía cạnh của luân hồi. Quá trình này bắt đầu với một hành giả nhận ra cuộc sống con người hiện tại của mình vô cùng hiếm hoi và quý giá như thế nào, và chúng ta hiện được ban tặng tám sự tự do và mười may phước.[82] Bằng cách suy ngẫm về sự chắc chắn của cái chết, sự không chắc chắn về thời điểm chết, và cách mọi thứ tích cực và tiêu cực được tạo ra trong thế giới luân hồi thông qua sức mạnh của hành động và cảm xúc, một hành giả cảm thấy buộc phải hành trì siêng năng trong cuộc sống này. Với tầm nhìn rộng lớn về thực tại và bằng cách phân tích đi phân tích lại thông qua kinh sách và lý luận, người ta sẽ hiểu được hạnh phúc đích thực. Mong muốn được tự do và đảo ngược mọi thứ trong ba cõi luân hồi này được gọi là "từ bỏ", và là nền tảng của con đường chuyển hóa của Phật giáo.

Nếu một hành giả có thể tạo ra sự từ bỏ đích thực trong dòng nhận thức của mình, thì mọi đức tính và mọi ấn tượng nghiệp chướng được tạo

---

82 Tám sự tự do (*dal ba brgyad*) là: 1) Được thoát khỏi cuộc sống của một cư dân trong địa ngục; 2) Được thoát khỏi cuộc sống của một ngạ quỷ; 3) Được thoát khỏi cuộc sống của một súc sinh; 4) Được thoát khỏi cuộc sống của một vị trời; 5) Được thoát khỏi cuộc sống của một người man rợ; 6) Được thoát khỏi việc tin vào những quan điểm cực kỳ đồi trụy; 7) Được thoát khỏi việc sống trong thời đại không có giáo lý của một vị Phật; 8) Được thoát khỏi việc sống một cuộc sống như một kẻ câm ngốc không có các giác quan lành mạnh; Mười phước lành (*'byor ba bcu*) là: 1) Phước lành được sống cuộc sống của một con người; 2) Phước lành được sống ở một nơi có giáo lý của một vị Phật; 3) Phước lành được sống với các giác quan nguyên vẹn; 4) Phước lành không nắm giữ những quan điểm đồi trụy khó hiểu; 5) Phước lành được ban cho đức tin; 6) Phước lành được một vị Phật thị hiện; 7) May mắn là Đức Phật đã giảng dạy; 8) May mắn là giáo lý của Đức Phật vẫn còn tồn tại; 9) May mắn là có thể hiểu được giáo lý của Đức Phật và sống theo giáo lý đó; 10) May mắn là có thể tiếp cận được các bậc thầy tâm linh.

ra sẽ đóng vai trò là nguồn giải thoát. Thiền về lòng từ ái và lòng bi mẫn, hành giả hiểu rằng vào một thời điểm nào đó, mọi chúng sinh đều là người mẹ tốt bụng của chính mình. Mong muốn chân thành thiết lập tất cả chúng sinh ở tâm thái tối thượng của Phật quả viên mãn, và trạng thái tâm không thay đổi tạo nên lòng dũng cảm như vậy được gọi là "bồ đề tâm" hay "tâm giác ngộ". Khi một người đã phát khởi tâm giác ngộ chân chính này, thì bất cứ điều gì người đó làm đều đưa họ tiến triển trên con đường Đại thừa và thúc đẩy họ hướng tới sự toàn tri, vì đây là thực hành quan trọng nhất trên con đường chuyển hóa của Phật giáo.

Tuy nhiên, nếu sự hiểu biết về bản chất vô thường của thực tại không nảy sinh trong dòng nhận thức của một người, và nếu sự nhận thức rõ ràng bản chất vô thường của cả bản ngã và hiện tượng không xảy ra, thì những cảm xúc phiền não khó chịu sẽ không được khắc phục. Vì lý do này, việc nhận ra sự vô thường là điều cần thiết cho sự tự do của tâm trí. Theo đó, điều bắt buộc là hành giả phải xác định thông qua lý luận về tính ưu việt của thuyết tương đối tối thượng. "Quan Kiến về Tính Không" này là nền tảng cho sự tiến triển trên con đường chuyển hóa của Phật giáo.

Bởi vì sự từ bỏ, tâm giác ngộ, và quan kiến về tính Không là ba điểm chính cần thiết để hoàn thiện con đường chuyển hóa tâm linh của Phật giáo, Jetsun Tsongkhapa đã gọi chúng là "ba khía cạnh của con đường đạo".

Tánh Không & Đạo Đức

Quan điểm phi thường của truyền thống Geluk nhận ra bản chất tối hậu của thực tại cần bị bác bỏ là không-thật có. Sự thừa nhận vô điều kiện này về thực tại tối hậu, hay còn gọi là "phủ định không-khẳng-định", rất có giá trị. Ví dụ, vì vô số chúng sinh từ thời vô thỉ đã dính mắc bám chấp mạnh mẽ vào niềm tin sai lầm về một bản ngã độc lập và trường tồn, nên điều xác nhận phủ định không-khẳng-định này hiểu được bản chất trống rỗng của mọi hiện tượng và đóng vai trò như một phương thuốc giải độc cho sự dính mắc bám chấp mạnh mẽ này. Bởi vì quan điểm này đảo ngược thói quen nhầm lẫn mọi thứ là thật có, nên nó cực kỳ hiệu quả trong việc chống lại sự dính mắc bám chấp vào một bản ngã vĩnh cửu. Ngoài ra, việc xác định sự phụ thuộc lẫn nhau của mọi hiện tượng chống lại xu hướng rơi vào hố sâu của những quan điểm sai lệch, và bảo đảm cho những người tu hành thành công trên con đường thiền định hơn những người thiếu sự hiểu biết này.

Các đặc điểm riêng của thực hành Geluk nhấn mạnh vào con đường chung của sự từ bỏ và tạo ra tâm giác ngộ. Quan điểm về tính Không sau đó dần dần được phát triển thông qua việc lắng nghe rộng rãi các giáo lý, nghiên cứu truyền thống kinh điển và cuối cùng là thiền định về các chỉ dẫn hướng dẫn cá nhân. Nhìn chung, Jetsun Tsongkhapa tập trung phần lớn sự chú ý của mình vào việc giải thích cách tiếp cận phi thường để nhận ra tính Không như một sự phủ định không-khẳng-định. Ngài nhấn mạnh cách các quan điểm và thực hành phi thường của Tiểu thừa, Đại thừa, và Kim cương thừa phù hợp với lý luận của Prasangika Madhyamaka (Trung Quán Ứng Thành).

Như Đức Phật đã dạy, sự tồn tại của Phật giáo phụ thuộc vào cách các nhà sư chân thật duy trì quy tắc đạo đức tu viện của Luật tạng. Ngay cả khi chỉ một vài hành giả du già mâu thuẫn với các chuẩn mực đạo đức này, thì giáo lý của Đức Phật cũng bị đe dọa. Đây là lý do tại sao việc duy trì Luật tạng lại quan trọng đến vậy. Đây là lý do tại sao có những phương pháp chính xác để thực hành các giáo lý mật điển Kim cương thừa, và tại sao có những nghi lễ đặc biệt được thiết kế để khôi phục lại lời thệ nguyện cho những hành giả đã hành động theo những cách phi đạo đức.

Từ trong khu rừng hạnh phúc của các vị bổn tôn,
bộ luật đạo đức không tì vết
Hỷ lạc và lòng từ ái hát lên những bài ca giải thích hùng hồn!
Truyền thống Geluk trào dâng từ đại dương Châu sa đỏ thắm
Của những giảng dạy của Đức Phật về phương Bắc!

MỐI QUAN HỆ GIỮA NHỮNG LỜI CHỈ DẠY CỐT YẾU CỦA ĐỨC PHẬT

NĂM TRUYỀN THỐNG CỦA PHẬT GIÁO TÂY TẠNG

Mặc dù có nhiều bất đồng về thời điểm Đức Phật nhập diệt, ở Ấn Độ, Miến Điện, Thái Lan, Sri Lanka, Campuchia và các quốc gia khác thường theo hệ thống của Trường phái Sthavira hoặc Trường phái của các Trưởng lão, năm nay (2005) đánh dấu hai nghìn năm trăm bốn mươi chín năm kể từ khi Đức Phật nhập niết bàn. Vào năm 433 theo lịch Phật giáo, chín trăm bảy mươi bảy năm sau khi Đức Phật nhập niết bàn, vào thế kỷ thứ bảy sau Công nguyên, Phật giáo đã được Pháp vương Songtsen Gampo truyền vào Tây Tạng. Vào cuối thế kỷ thứ tám và đầu thế kỷ thứ chín, Trụ trì Shantarakshita, Đại sư Padmasambhava và Pháp vương Trisong Deutsen đã gặp nhau và Phật giáo bắt đầu phát triển mạnh mẽ ở Tây Tạng. Trong thời gian này, một trăm lẻ tám học giả từ Ấn Độ và một trăm lẻ tám dịch giả tiếng Tây Tạng đã tụ họp tại Đền Samye vĩ đại.

Thời gian này được biết đến là thời kỳ đầu phát triển mạnh mẽ của giáo lý Đức Phật. Vào thời kỳ đầu hưng thịnh này, có Vua Trisong Deutsun và hai mươi lăm đệ tử của Padmasambhava, tám mươi bậc thành tựu, một trăm lẻ tám thiền giả vĩ đại từ Chuwori, ba mươi bậc thành tựu từ Sheldrak, hai mươi lăm bậc thầy giác ngộ từ Yangdzong Phuk, và nhiều bậc nắm giữ nhận thức và các bậc thành tựu khác đã có mặt.

Bắt đầu từ năm 901, cuộc đàn áp Phật giáo kéo dài bảy mươi năm ở Tây Tạng bắt đầu, trong thời gian đó các cộng đồng Phật giáo đã bị trục xuất, và tất cả các mật pháp của thời kỳ dịch thuật đầu tiên đã được các học viên mật tông cất giữ ở những nơi an toàn, cho phép các văn bản này không bị hư hỏng. Sau đó, vào năm 973, Phật giáo đã hồi sinh. Kể từ sự hồi sinh này và sau đó thịnh vượng, các bản dịch giáo lý của Đức Phật diễn ra trong thời gian đó đã được chỉ định là bản dịch mới.

Sakya, Kagyu, Jonang và Kadam đều xuất hiện trong thời kỳ dịch thuật mới này. Sau đó, các giáo lý của truyền thống Kadam đã được đồng hóa thành một truyền thống giáo lý tổng quát hơn. Cụ thể hơn, truyền thống Kadam truyền khẩu đã được Tsongkhapa mở rộng và diễn giải lại để trở thành truyền thống Kadam hoặc Geluk mới. Ngoài những truyền thống chính này, còn có nhiều dòng truyền khẩu nhỏ hơn như Shalupa, Orgyenpa, Wodongpa, v.v. Mặc dù một số ảnh hưởng triết học của các truyền thống này vẫn còn tồn tại, nhưng các hoạt động giác ngộ vĩ đại của họ không bao giờ lan rộng. Ngày nay ở Tây Tạng, Sakya, Kagyu, Jonang và Geluk là bốn truyền thống còn tồn tại nổi tiếng nhất của thời kỳ dịch thuật đầu tiên này.

Tu viện Sakya được Kontan Konchok Gyalpo thành lập vào năm 1073, trở thành truyền thống lâu đời nhất trong bốn truyền thống này. Không lâu sau thời điểm này, tổ tiên của truyền thống Kagyu, Lotsawa Marpa Lodro đã ra đời. Trong suốt cuộc đời của mình, Marpa đã đi đến Ấn Độ để mang những giáo lý hướng dẫn thiết yếu của Đức Phật trở lại Tây Tạng. Mặc dù thành tựu này đã giúp phát triển Phật giáo ở Tây Tạng, nhưng nó không thiết lập vững chắc truyền thống Kagyu. Phải đến khi Marpa giao phó những chỉ dẫn cốt yếu của Đức Phật cho đệ tử Milarepa, người sau đó truyền lại những chỉ dẫn này cho Gampopa thì truyền thống Kagyu mới được thành lập. Gampopa thành lập trung tâm tu viện Núi Gampo vào năm 1121, bắt đầu sự phát triển của truyền thống Kagyu như chúng ta biết ngày nay.

Truyền thống Jonang được thành lập gần một thế kỷ sau truyền thống Kagyu. Mặc dù nhiều kinh điển và mật điển làm sáng tỏ Phật tính đã được dịch từ tiếng Phạn sang tiếng Tây Tạng trong thời của Trụ trì Shantarakshita, Đạo sư Padmasambhava và Pháp vương Trisong Deutsen, một truyền thống giải thích sâu rộng về *zhentong* Madhyamaka đã không phát triển từ những bản dịch ban đầu này. Sau đó, Zi Lotsawa Gaway Dorje đã khởi xướng hệ thống hiển giáo *zhentong*, và sau đó Dro Lotsawa Sherab Drakpa đã khởi xướng hệ thống mật giáo *zhentong* ở Tây Tạng. Truyền thống Jonang sau đó đã bén rễ vững chắc vào năm 1292 khi Kunpang Thugje Tsondru thành lập trụ sở tu viện tại Jomonang. Từ thời điểm này trở đi, giáo lý của Jonang đã được duy trì. Vào thế kỷ thứ mười bốn, bậc thầy vĩ đại của Jonang, Kunkhyen Dolpopa Sherab Gyaltsen sau đó đã thống nhất giáo lý kinh giáo và mật giáo, khiến cho quan điểm và thực hành của Đại Trung Đạo *zhentong* lan truyền rộng rãi, giống như tiếng gầm khủng khiếp của một con sư tử.

Vào năm 1407, hơn một trăm năm sau khi truyền thống Jonang khởi xướng, Jetsun Tsongkhapa vĩ đại đã thành lập Tu viện Ganden ở vùng cao nguyên miền Trung Tây Tạng, bắt đầu truyền thống Geluk.

SỰ THỐNG NHẤT CỦA CÁC TRUYỀN THỐNG PHẬT GIÁO TÂY TẠNG

Vì tu sinh có nhiều khuynh hướng và xu hướng khác nhau, nên có nhiều giáo lý khác nhau phù hợp với nhiều loại cá nhân khác nhau. Với điều này trong tâm trí, điều quan trọng là phải nhận ra cách tất cả các giáo lý này chia sẻ ý định cốt lõi duy nhất của Đức Phật, và cách tất cả các học giả uyên bác từ cả Ấn Độ và Tây Tạng truyền đạt ý định tối thượng này. Theo lời của Panchen Lozang Chogyan,

> *Du già Đồng hiện, Mahamudra (Đại Thủ ấn) năm nhánh, Một Vị, Bốn Chủng tự, Bình định, Cắt đứt, Dzogchen (Đại Viên mãn), hướng dẫn về quan điểm của Madhyamaka, v.v., mặc dù những giáo lý này được đặt nhiều tên khác nhau với mục đích dường như khác nhau, nhưng nếu các hành giả du già có kinh nghiệm và học giả hiểu được ý nghĩa xác định của kinh điển và lý luận xem xét cẩn thận, họ sẽ khám phá ra rằng những giáo lý này có cùng một mục đích duy nhất.*

Từ những lời của Panchen Lozang Yeshe, người cũng là tác giả của một văn bản hướng dẫn về Mahamudra (Đại Thủ ấn),

> *Các hệ thống triết học từ Utsang đến Ngari,*
> *Tất cả những nơi này đều chia sẻ chính xác cùng một lời dạy của đấng chiến thắng,*
> *Vì vậy, hãy kiềm chế hành động như một con ác quỷ thiên vị.*
> *Thay vào đó, hãy tăng cường tầm nhìn tinh khiết như ngọc sáng ngời của bạn.*

Gia sư của Đức Đạt Lai Lạt Ma thứ năm vĩ đại, Kontan Paljor Lundrup đã biên soạn một văn bản hướng dẫn bao gồm Mahamudra (Đại Thủ Ấn), Dzogchen (Đại Viên Mãn) và Madhyamaka (Trung Đạo); học giả Geluk Khadrup Je đã ca ngợi những lời dạy của Dzogchen trong câu trả lời của ngài cho các câu hỏi của Geshe Sangye Rinchen về ý định tối thượng; bậc thầy Nyingma Jamyang Mipham Rimpoche đã thiết lập cách thức thông qua kinh điển và lý luận, ý định của Sakya, Geluk, Kagyu, Nyingma và Jonang là không mâu thuẫn. Đây chỉ là một vài ví dụ chỉ ra cách các bậc thầy trong quá khứ đã truyền đạt ý định tối thượng này.

Như những ví dụ này cho thấy, động cơ để nghiên cứu và thực hành là một và giống nhau. Chỉ vì lý do này, điều quan trọng là phải giữ vững đức tin và sự hiểu biết của mình về chân lý và mục đích cơ bản được chia sẻ bởi tất cả các giáo lý của Đức Phật. Bởi vì nếu chúng ta nỗ lực chứng minh hoặc bác bỏ một giáo lý này độc quyền hơn một giáo lý khác, thì thái độ quyết đoán này cuối cùng sẽ tự chuốc lấy thất bại.

Như chúng ta đã thấy, những vị sáng lập vĩ đại của dòng truyền thừa giáo lý Phật giáo Tây Tạng đều có một tâm trí tuệ. Điều này một lần nữa được minh họa trong những lời sau đây của Panchen Lozang Chokyi Gyaltsen,

Kính thành tựu giả đầy quyền năng Padmasambhava, hiện thân của ngài là Atisha, và sự tái sinh vinh quang của ngài là Tsongkhapa, không ai khác ngoài ngài, con xin quy y.

Đức Đạt Lai Lạt Ma thứ hai Gedun Gyatso cũng đã viết,

Người nắm giữ nhận thức và là đấng tối cao của tất cả thành tựu giả,
    Padmasambhava,
Vương miện trang nghiêm của năm trăm học giả, Atisha,
Đức Kim Cang Trì (Vajradhara) toàn năng là Tsongkhapa vinh quang,
Trước màn trình diễn vũ điệu của vô vàn hiện thân của ngài, con
    xin cúi đầu.

Tương tự như vậy, Pháp vương Tashi Gyatso đã thốt lên,

Ánh sáng vô biên của A Di Đà, đấng bảo hộ Padmasambhava, Atisha và sự huy hoàng dịu dàng của Tsongkhapa là một trí tuệ-nhận thức có những cử chỉ giống như trò chơi của mặt trăng trong nước. Từ niềm tin sâu thẳm trong trái tim, con cúi đầu hàng trăm lần.

Gungtang Rinpoche cũng đã viết trong những chỉ dẫn rõ ràng của mình về việc thực hành Văn Thù Sư Lợi,

Người khởi xướng Phật giáo ở vùng Đất Tuyết, Padmasambhava,
Người sáng tác sự hợp nhất của các mật điển và ý nghĩa của chúng, Atisha,
Người sáng tác đã xua tan bóng tối của sự nhầm lẫn, Tsonkhapa,
Ba vị không thể tách rời, được thiết lập chân chính thông qua kinh điển.

Như tất cả các bậc thầy Phật giáo vĩ đại của thời đại chúng ta đều nói với một giọng, "bất kể bạn thực hành truyền thống nào, những người thực hành Phật giáo là những người nỗ lực phát triển lòng sùng kính, tầm nhìn trong sáng, sự thanh tịnh, lời cầu nguyện và việc cúng dường." Tình cảm này được phản ánh trong tiểu sử cô đọng của Padmasambhava, trong đó có đoạn:

Lời tiên tri của Đức Phật là ở vùng Amdo, hiện thân của Atisha sẽ xuất hiện dưới dạng Tsongkhapa. Khi đấng vĩ đại này đến Tây Tạng, niềm vui và hạnh phúc sẽ hé rạng. Vào thời điểm đó, các thế lực tích cực sẽ hoan hỷ vui mừng.

Vào thời điểm hóa thân của tôi được gọi là Sakya, sẽ có một đứa trẻ được sinh ra trên thế giới này từ một người cha tên là Manjushri, và một người mẹ tên là Tara, người có tên là Sakya Pandita Kunga Gyaltsen, người bảo vệ tối cao của chúng sinh. Người sẽ xây dựng lại các ngôi đền và cung cấp thức ăn tinh thần cho chúng sinh. Người sẽ mở rộng giáo lý mật tông của Đức Phật. Người sẽ mang lại niềm vui và hạnh phúc cho mọi người ở Tây Tạng.

Một hóa thân của Đức Văn Thù, Nyawon Kunga Pal nói,

Được biết đến là Hoàng tử Litsavi, là thị giả của Đức Phật, Bạch Liên Hoa sinh ra trong gia đình quý tộc ở Kalapa, và Đại Nagarjua từ Núi

Sri Parvata, Đại Bồ tát Dharmodgata từ Núi Tuyết Ponaydan, Songtsen Gampo từ thành phố Lhasa, Liên Hoa Sanh từ lục địa Chamara, Shesrab Gyaltsen, dưới chân các Ngài, con khẩn cầu.

Thekwang Chokyi Dorje trong tác phẩm có tựa đề, Đánh *bóng viên ngọc Ketaka*, cũng đã viết,

Jowo vĩ đại, Gampopa vô song, Vua Pháp Tsongkhapa đều là những biểu hiện kỳ diệu của bậc thầy vĩ đại Padmasambhava. Như đã nói đi nói lại, không ai tử tế hơn đối với người dân và Phật giáo Tây Tạng.

Dựa trên những đoạn văn này, chúng ta có thể bắt đầu hiểu được tất cả các bậc thầy này đều có cùng một dòng trí tuệ. Không xét đến mức độ xả ly và chứng ngộ lẫn nhau của họ, một số người ngu ngốc vẫn tiếp tục bám chặt vào quan điểm thiên vị của họ rằng vị này tốt hơn và vị kia tệ hơn. Hơn nữa, bằng cách khẳng định hoặc bác bỏ một trong những giáo lý cao cả này hơn giáo lý khác, loại hành vi này thực sự gây ra sự chia rẽ giữa các truyền thống khác nhau và tiếp tục gieo rắc nỗi sợ hãi trong tâm trí của những người hành trì.

TINH THẦN RIMED (BẤT BỘ PHÁI)

Để hoàn thiện các thực hành của mình và trở thành một người tâm linh đích thực, chúng ta có thể áp dụng cách tiếp cận Rimed (Bất Bộ Phái) hoặc không thiên vị đối với các truyền thống Phật giáo. Ví dụ, Jetsun (Pháp vương) Tsongkhapa đã nhận được hướng dẫn về thực hành Dzogchen (Đại Viên Mãn) từ bậc thầy Nyingma vĩ đại từ Lodrak tên là Layki Dorje, hướng dẫn về Madhyamaka (Trung Quán) từ bậc thầy Sakya Remdawa Zhonu Lodro, hướng dẫn về Sáu Du già của Kalachakra Tantra (mật Pháp) từ Jonang Panchen Chogle Namgyal và hướng dẫn về Prajnaparamita Sutras (Kinh Bát Nhã) hoặc Kinh điển Trí tuệ Siêu việt từ Jonang Nyawon Kunga

Pal. Nếu Tsongkhapa không tôn vinh những vị thầy tâm linh này và tinh thần triết học Rimed, thì ngài đã không muốn nhận và thực hành những hướng dẫn nhiều thiết yếu khác nhau này.

Giống như Tsongkhapa, có rất nhiều bậc thầy từ các truyền thống Sakya, Geluk, Kagyu, Nyingma và Jonang thừa nhận và duy trì sự hiểu biết triết học từ các dòng dõi khác mà không có sự mâu thuẫn. Một ví dụ khác là Đức Đạt Lai Lạt Ma thứ năm vĩ đại Ngawang Lozang Gyatso, người nắm giữ dòng dõi cốt lõi của truyền thống Geluk nhưng cũng đã biên soạn một văn bản hướng dẫn thiết yếu về giáo lý Nyingma Dzogchen được gọi là *Hướng dẫn Truyền Khẩu của những Người Nắm Giữ Nhận thức*. Kunkhyen Longchen Rabjam, người nắm giữ dòng dõi cốt lõi của truyền thống Nyingma, đã nhận và thực hành nhiều giáo lý sâu sắc về ý nghĩa quyết định của *zhentong* từ Karmapa thứ ba Rangjung Dorje. Ju Mipham Jamyang Gyatso của truyền thống Nyingma khẳng định quan điểm *zhentong* tương tự như quan điểm của Jonang trong tác phẩm nổi tiếng của ngài có tựa đề *The Lion's Roar*. Vị thầy vĩ đại của Nyingma, Za Patrul Orgyen Jigme đã hoàn thành khóa nhập thất ba năm về Sáu Yoga của *Mật điển Kalachakra* từ truyền thống Jonang và có thể giải thích hệ thống này. Konton Konchog Gyalpo, một lạt ma từ truyền thống Sakya, đã có thể đưa ra lời khuyên giảng dạy không bị ô nhiễm từ truyền thống Nyingma. Jamgon Kongtrul Lodro Thaye, một tấm gương vĩ đại của tinh thần Rimed, đã biên soạn *Kho tàng Lời khuyên Tâm linh*, tích hợp các hướng dẫn thiết yếu từ tất cả tám cỗ xe hoặc dòng truyền thừa thực hành của Phật giáo Tây Tạng. Bậc thầy Jonang Kunpang Thugje Tsondru đã thực hành tất cả mười bảy dòng truyền thừa hướng dẫn về *Kalachakra Tantra* ở Tây Tạng.

Các dòng truyền thừa của Phật giáo Tây Tạng được đan xen thông qua các buổi quán đảnh trao quyền, truyền thừa, và hướng dẫn đến mức không có một dòng nào được kết nối với dòng nào khác. Chỉ riêng vì lý do này thôi, việc coi trọng một truyền thống với sự thiên vị, coi một truyền thống này tốt hơn truyền thống khác là một sai lầm. Vì những truyền thống này là những cánh cửa bình đẳng dẫn đến trí tuệ, nên mỗi truyền thống đều có lợi. Như những người sáng lập và tác giả vĩ đại của những truyền thống này đã giải thích, việc nghiên cứu và thực hành những gì các truyền thống này cung cấp giúp chúng ta tránh được định kiến. Tinh thần Rimed không thiên vị này được Đức Dalai thứ Mười bốn đặc biệt duy trì, người đã làm một công việc đáng kinh ngạc trong việc duy trì các giáo lý, thực hành, và giải thích các dòng truyền thừa của cả năm truyền thống Phật giáo Tây Tạng.

Giáo lý của Xứ Tuyết Tây Tạng, và mọi bậc nắm giữ giáo lý cao cả,
Các ngài là một không có mâu thuẫn,
được thiết lập thông qua các truyền thừa chân chính!
Người phàm thường đưa ra những giả định kiêu ngạo
do sự cố chấp ngây thơ.
Tại sao lại có quá nhiều lời bàn tán về sự chấp trước và ghét bỏ?

LỜI CẦU NGUYỆN KẾT THÚC

Kính các bậc thầy, chư Phật chiến thắng và những đứa con tâm linh của
dòng truyền,
Xin hãy xem xét những mô tả của con về những hành động giác ngộ
thanh nhã của ba thời.

Nguyện tất cả sự giàu có cao quý của đức hạnh được sinh ra trong
ba thời này!
Nguyện tất cả những sự đồi bại và hành vi sai trái tích tụ từ vô thủy
được thanh lọc!

Từ vô thủy, chúng sinh đã lang thang khắp đại dương của sự sống còn,
Tìm kiếm một cuộc sống đầy danh vọng, của cải và xa hoa thế gian
Không làm gì ngoài việc tích lũy thêm nợ nghiệp.

Từ thời điểm này trở đi, nguyện sự tích lũy của tất cả công đức tích cực
Được bảo đảm thông qua các hoạt động của thân, khẩu và ý của con!

Bằng cách đạt được năng lực tối thượng thông qua những hành động
tích cực này,
Nguyện con, bằng phương tiện và kiến thức, hoàn thành con đường
tuyệt vời,
Và giảng dạy để mang lại hạnh phúc và lợi ích cho chúng sinh!

Nguyện con, trong suốt cuộc đời mình, có một vị thầy tâm linh cao cả
      và tuyệt vời,
Và không bị tách rời khỏi con đường giác ngộ hoàn hảo!

Nguyện con được hoàn toàn thoát khỏi những hành động vô ích
      và mệt mỏi,
Và nguyện những cơ hội để đạt được lợi ích lớn lao luôn hiện đến!

Đặc biệt, nguyện con biết ơn cha mẹ vì lòng tốt của họ khi trao tặng con
      cơ thể này,
Và nguyện bất kỳ ai cảm thấy dù chỉ một chút yếu đuối hay nhút nhát,
Nguyện họ nhận ra đức hạnh của sự an lạc và niềm vui của thân và tâm!

Cho đến khi nào không gian còn tràn ngập,
Và cho đến khi nào còn có chúng sinh,
Nhờ sức mạnh và cường độ của trí tuệ,
Nguyện tất cả chúng sinh được tươi đẹp, được ban tặng may phước,
Và đạt được hạnh phúc bao la mang lại lợi ích cho người khác!

Giáo lý của Đức Phật trong sáng ngay từ đầu,
Và những vị duy trì giáo lý này được kết nối không lừa dối với những
      đấng chiến thắng!

Nhờ ý định vị tha để hoàn thiện hai sự tích lũy,
Nguyện tất cả chúng sinh có thể tự nhiên hoàn thành mọi mong muốn
      của mình mà không bị cản trở!

THƯ MỤC

CÁC TÁC PHẨM ĐƯỢC TRÍCH DẪN

Blos gros grags pa, Mkhan po Ngag dbang. *Jo nang chos 'byung zla ba'i sgron me.*

Qinghai: Nationalities Press, 1992.

Byang sems rgyal ba ye shes. *Dpal ldan dus kyi 'khor lo jo nang pa'i lugs kyi bla ma brgyud pa'i rnam thar.* Beijing: Mi rigs dpe skrun khang, 2004.

Lodro, K.R.J. *Bod kyi chos brgyud khag gi chos 'byung dang lta grub mdor bsdus 'khrul sel dad pa'i sgo 'byed ces bya ba bzhugs so.* New Delhi: Indraprastha Press, 2003.

ĐỌC THÊM

Dudjom Rinpoche. *The Nyingma School of Tibetan Buddhism.* M. Kapstein and G. Dorje

(trans.). vol. I-II. Boston: Wisdom Publications, 1991.

Gyatso, T. (Dalai Lama). *The World of Tibetan Buddhism: An Overview of Its Philosophy and Practice.* Boston: Wisdom Publications, 1995.

_____. *Ethics for the New Millennium.* New York: Riverhead Books, 1999. Gyatso, K.N. *Ornament of Stainless Light: An Exposition of the Kalacakra Tantra.* G.

Kilty (trans.). The Library of Tibetan Classics, 14. Boston: Wisdom, 2004. Ray, R.A. *Indestructible Truth: The Living Spirituality of Tibetan Buddhism.* Boston: Shambhala Publications, 2000.

_____. *Secret of the Vajra World: The Tantric Buddhism of Tibet.* Boston: Shambhala Publications, 2001.

Smith, E. G. "'Jam mgon Kong sprul and the Nonsectarian Movement," In *Among Tibetan Texts: History and Literature of the Himalayan Plateau.* Boston: Wisdom Publications, 2001.

Stearns, C. *The Buddha from Dolpo: A Study of the Life and Thought of the Tibetan Master Dolpopa Sherab Gyaltsan.* New York: State University of New York Press, 1999.

Thondup, T. *Buddhist Civilization in Tibet.* New York: Routledge and Kagan Paul Inc., 1987.

Williams, P. *Mahayana Buddhism: Its Doctrinal Foundations.* London: Routledge, 1989.

TỪ ĐIỂN THUẬT NGỮ

- A -

Abhidharma (*chos mngon pa*): Giáo lý của Đức Phật về khoa học bên trong và bên ngoài bao gồm triết học, siêu hình học, tâm lý học, hiện tượng học và vũ trụ học; kinh điển Abhidharma phác thảo các yếu tố của kinh nghiệm và các quá trình phân tích để khám phá bản chất của các hiện tượng hiện hữu.

Abhidharma-pitaka (*mngon chos kyi sde snod*): Bộ sưu tập kinh điển Abhidharma. Xem "Abhidharma" và "Tripitaka".

Arhat (*dgra bcom pa*): Một bậc thầy tâm linh (Alahán) đã chế ngự được kẻ thù bên trong của những cảm xúc phiền não và đạt đến cấp độ giác ngộ Tiểu thừa.

Avalokiteshvara (*spyan ras gzigs*): Vị Bồ tát của lòng từ bi; người dõi theo chúng sinh ở mọi hướng để làm vơi đi nỗi đau khổ của họ.

- B -

Bồ đề tâm (*byang chub kyi sems*): "tâm giác ngộ" Mong muốn và thực hành vị tha để mang lại lợi ích cho người khác nhằm thiết lập tất cả chúng sinh ở trạng thái tối thượng của Phật quả giác ngộ; thực hành thực tế để tạo ra Bồ đề tâm được chia thành Bồ đề tâm nguyện hoặc tâm giác ngộ (smon pa'i sems bskyed), và Bồ đề tâm hạnh hoặc tâm giác ngộ ứng dụng ('jug pa'i sems bskyed).

Bồ tát (*byang chub sems dpa'*): Một hành giả của Đại thừa đã phát triển tâm giác ngộ (bồ đề tâm). Nhìn chung có ba loại Bồ tát: 1) những người giống như các vị vua, lên ngôi Phật quả để đảm bảo sự giác ngộ của người khác; 2) những người giống như người lái đò, băng qua vùng nước luân hồi cùng với tất cả mọi người mà họ giúp đỡ; 3) những người giống như người chăn cừu, đảm bảo đàn gia súc của họ được an toàn trước khi chăm sóc bản thân.

Phật quả (*sangs rgyas pa*): Một vị Phật hoàn toàn giác ngộ; trạng thái mà mọi ô nhiễm đều được thanh lọc, và mọi phẩm chất giác ngộ đều được mở rộng.

Phật tính (*bde gshegs snying po*): "bản chất giác ngộ" Khái niệm Đại thừa về một bản chất sáng suốt vĩnh cửu thanh tịnh, hoặc bản chất thấm nhuần tất cả chúng sinh, và là cơ sở để chứng ngộ Phật quả.

- C -

Cittamatra (*sems tsam pa*): Một trường phái triết học Phật giáo Đại thừa phát triển ở Ấn Độ và được truyền vào Tây Tạng; trường phái tư tưởng Cittamatra được sáng lập bởi Asanga (Vô Trước) vào thế kỷ thứ sáu sau Công nguyên, và là một nhánh của Yogachara; tiền đề triết học chính của nó là mọi hiện tượng chỉ đơn thuần là tâm trí và không thể tách rời khỏi nhận thức tinh thần bắt nguồn từ nền tảng phổ quát của nhận thức hay a lại da thức (alayavijnana).

- D -

Dharma (*chos*): Từ tiếng Phạn chỉ lời dạy của Đức Phật.

Dharmakaya (*chos sku*): "chiều kích tối thượng của thực tại" Chiều kích tối thượng hoặc tuyệt đối của mọi thứ đã biết và chưa biết; những gì được chứng ngộ và hiện thân bởi một vị Phật.

Dzogchen (*rdzogs pa chen po*): "Sự hoàn hảo vĩ đại" Đỉnh cao của chín thừa liên tiếp của sự thành tựu tâm linh trong hệ thống Nyingma; một thực hành mật tông tinh tế để nhận ra bản chất rạng rỡ không thay đổi của tâm trí và thực tại.

- E -

Truyền thống dịch thuật sớm (*snga 'gyur*): Tập hợp các tác phẩm văn học và tư tưởng cũng nhưthực hành liên quan được dịch trong thời kỳ trị vì của các vị vua Tây Tạng Trisong Deutsen và Ralpachen vào thế kỷ thứ chín; đồng nghĩa với "Nyingma" (rnying ma) hoặc "Truyền thống cổ xưa".

- F -

Tứ diệu đế (*'phags pa'i bden pa bzhi*): Bốn chân lý này là: 1) khổ (sdug bsngal); 2) nguồn gốc của khổ (kun 'byung); 3) sự chấm dứt khổ ('gog pa); 4) con đường dẫn đến sự chấm dứt khổ (lam).

- G -

Giai đoạn phát triển (*bskyed rim*): Giai đoạn phức tạp của sự hình dung sáng tạo trong đó một người thành thạo tạo ra hoặc phát triển một vị bổn tôn thiền định thông qua âm thanh, hình ảnh và cử chỉ cơ thể. Xem thêm "giai đoạn hoàn thiện".

Đại Madhyamaka (*dbu ma chen po*): "Đại Trung Đạo" Truyền thống của triết lý Đại thừa phát triển ở Ấn Độ và được truyền vào Tây Tạng; một thuật ngữ được sử dụng trong nhiều bối cảnh khác nhau nhưng thường đồng nghĩa với quan điểm *zhentong*. Xem thêm "Madhyamaka".

Đại Hoàn Thiện: Xem "Dzogchen"

- H -

Hinayana (*theg pa dman*): "Cỗ xe nhỏ" Giáo lý và phương pháp tiếp cận của Phật giáo tập trung vào Tứ diệu đế, lý duyên khởi, và các thực hành kiềm chế những hành động có hại; cỗ xe chuyển hóa tâm linh liên quan đến sự giải thoát của cá nhân khỏi luân hồi.

- I -

- J -

- K -

Kalachakra / Kalachakra Tantra (*dus 'khor / dus 'khor rgyud*) "Bánh xe thời gian" / "Bánh xe thời gian liên tục" Một tantra lớn của thời kỳ dịch thuật sau này, và các hệ thống liên quan đến vũ trụ học mật tông, y học, tâm lý học và khoa học thiền định.

- L -

Truyền thống dịch thuật sau này (*phyi 'gyur*): Tập hợp các tác phẩm văn học và tư tưởng cũng như thực hành liên quan được dịch sau thế kỷ thứ mười một; các truyền thống này bao gồm Sakya, Kagyu, Jonang và Geluk; đồng nghĩa với "Sarma" (*gsar ma*) hoặc "Truyền thống mới".

- M -

Madhyamaka (*dbu ma pa*): "Triết học Trung đạo" Một trường phái Phật giáo Đại thừa phát triển ở Ấn Độ và được truyền vào Tây Tạng; trường phái tư tưởng Madhyamaka được thành lập bởi Nagarjuna vào thế kỷ thứ nhất sau Công nguyên, và được chia thành các trường phái phụ Prasangika và Svatantrika; quan điểm triết học chính của trường phái này là về Tính Không vượt ra ngoài các thái cực của chủ nghĩa tuyệt đối hay chủ nghĩa hư vô, và không đặt ra bất cứ điều gì là tồn tại cố hữu. Xem thêm "Prasangika" và "Svatantrika".

Mandala (*dkyil 'khor*): Một biểu tượng tượng trưng cho một vị bổn tôn trung tâm trong môi trường xung quanh được sử dụng như một thiết bị thiền định mật tông để hình dung và giải trí tinh thần; lễ vật mandala được sử dụng như biểu tượng của toàn bộ vũ trụ để dâng lễ vật và sắp xếp lễ vật trong các nghi lễ mật tông.

Mahayana (*theg pa chen po*): "Cỗ xe vĩ đại" Giáo lý và phương pháp tiếp cận của Phật giáo tập trung vào các thực hành của một vị Bồ tát thông qua việc nuôi dưỡng lòng từ bi và trí tuệ nhận ra Tính Không; các trường phái triết học của Đại thừa là Cittamatra và Madhyamaka (Trung Đạo); cỗ xe chuyển hóa tâm linh liên quan đến việc giải thoát tất cả chúng sinh khỏi luân hồi.

Mahamudra (*phyag rgya chen po*): "Dấu ấn tượng trưng" hoặc "Dấu ấn vĩ đại" Một hệ thống các hướng dẫn và kỹ thuật thiền định dựa trên quan điểm mật tông về sự chuyển hóa theo truyền thống Sarma; các thực hành chiêm nghiệm chính xác để nhận ra bản chất không thể tách rời của tâm trí và các hiện tượng.

Maitreya (*byams pa*): Đức Phật tương lai. Ngài là Đức Phật thứ năm của kiếp này và hiện là nhiếp chính của Đức Phật Thích Ca Mâu Ni ở Cõi Tịnh Độ Tushita; tác giả của Năm kho báu của Di Lặc do Asanga sao chép lại.

Manjushri (*'jam dpal*): Vị Bồ tát của trí tuệ; Ngài là hiện thân của sự dịu dàng tối cao và cái nhìn sâu sắc vào bản chất trống rỗng của thực tại.

- N -

Nagarjuna (*klu sgrub*): Một vị Phật tử Ấn Độ sống vào thế kỷ thứ nhất sau Công nguyên, và là người sáng lập ra trường phái triết học Phật giáo Madhyamaka (Trung Quán).

Niết bàn (*mya ngan las 'das pa*): Sự diệt trừ tận cùng các nguồn gốc của luân hồi; trạng thái giải thoát khỏi những đau khổ khi phải xoay vần trong vòng luân hồi sinh tử bất tận; cũng đồng nghĩa với việc trở thành một vị Phật hay Phật quả, trạng thái giác ngộ vô song vượt qua mọi ảo tưởng.

- O -

Orgyan (*o rgyan*): Xem "Uddiyana."

- P -

Pandita: Từ tiếng Ấn Độ có nghĩa là một học giả thành đạt.

Giai đoạn hoàn thiện (*rdzogs rim*): Giai đoạn tinh tế của thực hành mật tông trong đó một người thành thạo hoàn thiện hoặc hoàn thành giai đoạn phát sinh, hình dung sáng tạo và hiện thực hóa vị bổn tôn thiền định của mình. Xem thêm "giai đoạn phát sinh".

Potala (*po ta la*): Nơi cư trú Tịnh độ của Đức Quán Thế Âm.

Prasangika (*thal 'gyur pa*): Một trường phái phụ của triết học Trung quán được phát triển ở Ấn Độ bởi Buddhapalita và Chandrakirti sau đó được truyền bá ở Tây Tạng; hệ thống triết học Phật giáo Trung quán bác bỏ đề xuất của đối thủ bằng cách xác định và phủ nhận hậu quả của suy nghĩ của đối thủ là cực đoan.

- Q -

- R -

Rangtong (*rang stong*): "Tính không nội tại" Hệ thống triết học Madhyamaka và quan điểm cho rằng mọi hiện tượng đều trống rỗng về bản chất nội tại của chính nó; trái ngược với zhentong. Xem thêm "zhentong".

Rimed (*ris med*): Phong trào trí thức dung hợp của các truyền thống Phật giáo Tây Tạng vào cuối thế kỷ XIX được khởi xướng ở Đông Tây Tạng; nói đến cách tiếp cận phi giáo phái đối với các thực hành tâm linh và sự hiểu biết triết học của các truyền thống Phật giáo Tây Tạng.

- S -

Sarma (*gsar ma*): Xem "Truyền thống dịch thuật sớm".

Samsara (*'khor ba*): Trạng thái bình thường của những chúng sinh chưa giác ngộ, liên tụctrong sự thất vọng và đau khổ; vòng luân hồi bắt nguồn từ việc không biết bản chất của thực tại.

Sautrantika (*mdo sde pa*): Một trong bốn trường phái triết học Phật giáo Ấn Độ chính; một trường phái triết học Phật giáo Tiểu thừa lấy ý nghĩa từ kinh điển, trái ngược với Abhidharma.

Shravaka (*nyan thos pa*): "Người nghe" hoặc "Người lắng nghe" Một hành giả Phật giáo tận tụy với Hinayana hoặc Lần chuyển đầu tiên của Giáo lý Đức Phật; hiểu được Tứ diệu đế và không có bản ngã độc lập, một thanh văn nhận ra cách đau khổ lan tỏa trong luân hồi; bốn giai đoạn tâm linh của một thanh văn là: 1) "Nhập lưu"; 2) "Một lần trở lại"; 3) "Bất lai"; 4) "La Hán."

Svatantrika (*rang rgyud pa*): Một trường phái phụ của triết học Madhyamaka phát triển ở Ấn Độ sau đó được truyền bá ở Tây Tạng; hệ thống triết học Phật giáo Madhyamaka thiết lập các kết luận của mình dựa trên các suy luận độc lập.

Siddha (*grub thob*): Một bậc thầy tâm linh thành tựu, người đã thành thạo khả năng thực hiện cả sức mạnh tối cao và bình thường hoặc siddhis.

Sutra (*mdo*): Một bài giảng của Đức Phật; một kinh sách ghi lại những lời dạy của Phật giáo Tiểu thừa hoặc Đại thừa trái ngược với một tantra.

Sutra-pitaka (*mdo sde'i sde snod*): Bộ sưu tập các kinh sách Sutra. Xem "Sutra" và "Tripitaka."

- T -

Tantra (*rgyud*): Một kinh điển ghi lại những lời dạy của Đức Phật về Kim Cương thừa trái ngược với một sutra.

Tathagata (*de bzhin gshegs pa*): Một danh từ chỉ Đức Phật có nghĩa là người đã vượt qua nhận thức thông thường và do đó vượt qua luân hồi.

Tam Bảo hay Ba Viên Ngọc Quý (*dkon mchog gsum*): Đây là những nguồn quy y của một Phật tử; chúng là: 1) Đức Phật; 2) Pháp hay lời dạy của Đức Phật; 3) Tăng đoàn hay cộng đồng Phật tử.

Tripitika (*sde snod gsum*): "Ba Bộ Kinh Phật" hay "Ba Giỏ". Ba bộ kinh điển này của Đức Phật Thích Ca Mâu Ni là Vinaya-pitaka hay bộ luật đạo đức, Sutra-pitaka hay bộ luật kinh, và Abhidharma-pitaka hay bộ luật khoa học bên trong và bên ngoài; cùng nhau, ba bộ kinh điển này tạo thành Kinh điển Phật giáo.

- U -

Uddiyana: Đất nước nằm ở phía tây bắc của Ấn Độ cổ đại, nơi Padmasambhava được sinh ra.

- V -

Vaibhashika (*bye brag smra ba*): Một trong bốn trường phái triết học Phật giáo Ấn Độ chính; một trường phái triết học Phật giáo Tiểu thừa có nguồn gốc từ Mahavidhasa Abhidharma.

Kim cương thừa (*rdo rje theg pa*): Phương tiện giáo lý Phật giáo tập trung vào việc lấy quả của sự chứng ngộ tâm linh làm con đường chuyển hóa trái ngược với phương tiện Tiểu thừa hoặc Đại thừa.

Vinaya (*'dul ba*): Bộ giáo lý của Đức Phật định nghĩa quy tắc đạo đức tu viện Phật giáo.

Vinaya-pitaka (*'dul ba'i sde*): Bộ sưu tập giới luật Vinaya. Xem "Vinaya" và "Tripitaka".

Vishuddha (*yang dag*): "Vajra Deity phẫn nộ" hoặc "Vajra Heruka" "Vishuddha" theo nghĩa đen có nghĩa là "hoàn hảo"; nó ám chỉ đến vị bổn tôn phẫn nộ (tiếng Phạn: Heruka) của gia đình kim cương trong giáo lý mật tông, và là một trong tám pháp tu chính của Nyingma.

- W -

- X -

- Y -

Yidam (*yi dam*): "Bổn tôn thiền định" Bổn tôn cá nhân của một hành giả mật tông; một trong ba gốc rễ hoặc ba thực hành cơ bản của Kim Cương thừa; thực hành thực hiện các giai đoạn phát sinh và hoàn thiện của việc hình dung và hiện thực hóa một vị thần.

- Z -

LỜI CHÚ GIẢI
VỀ TÁC GIẢ

Khentrul Rinpoche Jamphel Lodrö là người sáng lập và giám đốc tinh thần của Dzokden. Rinpoche là tác giả của nhiều cuốn sách, bao gồm: Tiết lộ Chân lý Thiêng liêng của Bạn, Đạo Lộ Trung Quán Vĩ đại: Làm Sáng tỏ Quan điểm Jonang về Tha-Không Tính, Cuộc sống Hạnh phúc Hơn, và Kho báu Ẩn giấu của Đạo Lộ Thâm sâu.

Rinpoche đã dành 20 năm đầu đời để chăn dắt đàn bò yak và tụng thần chú trên cao nguyên Tây Tạng. Được truyền cảm hứng từ các vị Bồ tát, ngài đã rời bỏ gia đình để theo học tại nhiều tu viện khác nhau dưới sự hướng dẫn của hơn hai mươi lăm bậc thầy trong tất cả các truyền thống Phật giáo Tây Tạng. Nhờ cách tiếp cận phi giáo phái, ngài đã giành được danh hiệu Đạo Sư Rimé (không thiên vị) và được xác định là tái sinh của bậc thầy Kalachakra nổi tiếng Ngawang Chözin Gyatso. Mặc dù cốt lõi trong những lời dạy của ngài là sự công nhận rằng có giá trị to lớn trong sự đa dạng của tất cả các truyền thống tâm linh được tìm thấy trên thế giới này; ngài tập trung vào truyền thống Jonang-Shambhala. Giáo lý Kalachakra (bánh xe thời gian) được truyền lại từ các vị vua Kalki của Shambhala, chứa đựng những phương pháp sâu sắc để hòa hợp môi trường bên ngoài của chúng ta với thế giới bên trong của cơ thể và tâm trí. Tantra này được kết nối trực tiếp với Nghiệp của trái đất chúng ta để mang lại Thời đại hoàng kim của Hòa bình và Hòa hợp (Dzokden). Khentrul Rinpoche đã biến sứ mệnh cuộc đời mình thành việc truyền bá những giáo lý quý giá này bằng càng nhiều ngôn ngữ càng tốt trên toàn cầu để chúng ta có thể thực sự chuyển hóa thế giới của mình, từng người một từ bên trong ra bên ngoài.

TẦM NHÌN CỦA RINPOCHE

Dzokden được thành lập với mục đích rõ ràng là hỗ trợ Khentrul Rinpoche hiện thực hóa tầm nhìn của ngài về hòa bình và hòa hợp lớn hơn trên thế giới này. Khi cộng đồng của chúng ta tiếp tục phát triển, ngày càng có nhiều người tham gia vào nỗ lực phi thường này.

Để giúp bạn hiểu được phạm vi tầm nhìn của Rinpoche, chúng ta có thể nói về tám mục tiêu phản ánh các ưu tiên ngắn hạn và dài hạn của Rinpoche:

MỤC TIÊU TỨC THỜI

Nói cho cùng, hạnh phúc lâu dài, chân chính chỉ có thể đạt được thông qua sự chuyển hóa cá nhân sâu sắc. Bây giờ, hơn bao giờ hết, chúng ta cần các phương pháp để phát triển trí tuệ và hiện thực hóa tiềm năng lớn nhất của mình. Chính vì lý do này mà Rinpoche đặt ưu tiên lớn như vậy vào việc bảo tồn Dòng truyền thừa Jonang Kalachakra. Có bốn cách mà Rinpoche đề xuất để thực hiện điều này:

1. **Tạo cơ hội kết nối với dòng truyền thừa Kalachakra đích thực và trọn vẹn thông qua sự hợp tác chặt chẽ với các thiền sư tận tụy ở vùng xa xôi Tây Tạng.** Mục tiêu của chúng tôi là tạo ra mọi sự hỗ trợ để thực hành Kalachakra theo đúng các bậc thầy truyền thừa đích thực đã duy trì truyền thống này trong hàng ngàn năm.

Chúng tôi thực hiện điều này bằng cách ủy quyền tạc tượng và vẽ tranh, viết sách và truyền bá giáo lý trên khắp thế giới. Chúng tôi đặc biệt nhấn mạnh vào việc đảm bảo tính xác thực của tài liệu, dựa trên kinh nghiệm sâu sắc của các thiền sư đã chứng ngộ cao, những người đang cống hiến cuộc đời mình cho các thực hành này.

2. **Thành lập các trung tâm tĩnh tâm quốc tế để nghiên cứu và thực hành Kalachakra.** Để đưa giáo lý vào tâm trí, điều quan trọng là phải có cơ hội tham gia vào các giai đoạn thực hành chuyên sâu. Do đó, chúng tôi đang nỗ lực tạo ra cơ sở hạ tầng cần thiết để hỗ trợ và nuôi dưỡng các thành viên trong cộng đồng của chúng tôi tham gia vào cả khóa nhập thất ngắn hạn và dài hạn. Điều này bao gồm việc mua đất và xây dựng mọi thứ cần thiết để tiến hành các khóa Nhập thất nhóm và đơn độc. Mục tiêu dài hạn của chúng tôi là phát triển một mạng lưới các trung tâm như vậy trên khắp thế giới, hình thành một cộng đồng toàn cầu hỗ trợ nhiều học viên khác nhau.

3. **Dịch và xuất bản các văn bản độc đáo và hiếm có của các bậc thầy Kalachakra.** Hệ thống Kalachakra đã là chủ đề của vô số văn bản trong suốt chiều dài lịch sử của Tây Tạng. Cho đến nay, chỉ một phần nhỏ trong số các văn bản này đã được dịch và phổ biến ở phương Tây. Mặc dù các văn bản lý thuyết rất quan trọng, nhưng chúng tôi muốn tập trung đặc biệt vào các hướng dẫn cốt lõi sẽ hướng dẫn những người thực hành tận tụy đến với trải nghiệm sâu sắc hơn về những giáo lý sâu sắc này.

4. **Phát triển các công cụ và chương trình cho trải nghiệm học tập có cấu trúc.** Với các nhóm tu sinh phân bố trên khắp thế giới, chúng tôi tin rằng điều quan trọng là tận dụng tối đa các công nghệ hiện đại để tạo điều kiện thuận lợi cho quá trình học tập của

sinh viên. Mục tiêu của chúng tôi là phát triển một nền tảng giáo dục trực tuyến mạnh mẽ cho phép cộng đồng quốc tế của chúng tôi tiếp cận các chương trình học có phẩm chất, trực quan, có cấu trúc và hấp dẫn.

MỤC TIÊU DÀI HẠN

Trong khi mỗi chúng ta đều nỗ lực hướng đến sự bình an và hòa hợp tối thượng trong tâm trí của chính mình, chúng ta không được quên rằng chúng ta tồn tại trong bối cảnh của một thế giới chứa đầy sự đa dạng lớn lao của các cá nhân. Những cá nhân này tạo ra nhiều niềm tin và thực hành khác nhau, từ đó định hình cách chúng ta liên hệ và tương tác với nhau. Trong thực tế phụ thuộc lẫn nhau này, điều quan trọng là phải tìm ra các chiến lược khả thi để thúc đẩy sự khoan dung và tôn trọng lớn hơn. Để đạt được mục đích này, Rinpoche đề xuất bốn lĩnh vực hoạt động cụ thể:

1. **Thúc đẩy sự phát triển của Triết lý Rimé thông qua đối thoại với các truyền thống khác.** Với mong muốn trở thành thành viên xây dựng của một xã hội đa nguyên, chúng ta cần học cách hòa giải những khác biệt của mình. Để đạt được mục đích này, chúng tôi hướng đến mục tiêu giúp mọi người phát triển những phẩm chất tích cực thúc đẩy thái độ tôn trọng lẫn nhau, cởi mở với những ý tưởng mới và mong muốn tò mò vượt qua sự thiếu hiểu biết của mình.

2. **Phát triển những người kiểu mẫu có trình độ cao bằng cách cung cấp hỗ trợ tài chính cho những người thực hành tận tụy.** Để đảm bảo tính xác thực của các truyền thống tâm linh của chúng ta, điều bắt buộc là phải có những người thực hiện được những chứng ngộ cao nhất. Do đó, chúng tôi hướng đến việc tạo ra một

chương trình học bổng tài chính tạo điều kiện cho những người thực hành chân chính muốn cống hiến cuộc đời mình cho sự phát triển tâm linh, bất kể hệ thống thực hành của họ là gì. Bằng cách giúp mọi người thực hiện được những lời dạy, họ trở thành những người mẫu tích cực cho những người xung quanh, truyền cảm hứng và hướng dẫn cho các thế hệ tương lai.

3. **Thực hiện tiềm năng to lớn của các học viên nữ bằng cách phát triển các chương trình đào tạo chuyên biệt.** Văn hóa Tây Tạng có lịch sử lâu đời trong việc bồi dưỡng các bậc thầy có trình độ cao thông qua quá trình đào tạo chuyên sâu cho những người được công nhận là có tiềm năng lớn. Thật không may, quá thường xuyên, việc tìm kiếm tiềm năng chỉ tập trung vào các ứng viên nam. Rinpoche tin rằng ngày càng quan trọng khi có những người mẫu phụ nữ mạnh mẽ, có trình độ cao, những người có thể giúp mang lại sự cân bằng lớn hơn cho thế giới của chúng ta. Vì lý do này, chúng tôi đang nỗ lực phát triển một chương trình đào tạo độc đáo để cung cấp cho phụ nữ cơ hội thực hiện tiềm năng tâm linh của họ. Mục tiêu của chúng tôi là thiết kế một chương trình giảng dạy chuyên biệt cũng như cơ sở hạ tầng tài chính để hỗ trợ đầy đủ mọi khía cạnh trong quá trình giáo dục của họ.

4. **Thúc đẩy sự linh hoạt hơn của tâm trí và hiểu biết sâu rộng hơn về thực tế thông qua các chương trình giáo dục hiện đại.** Trong một thế giới đang phát triển nhanh chóng, chúng ta cần phải suy nghĩ lại về các loại kỹ năng mà chúng ta đang dạy cho con em mình. Các cấu trúc cứng nhắc của quá khứ thường không đủ khả năng chuẩn bị cho học sinh đối mặt với những thách thức mà các em sẽ phải đối mặt trong cuộc sống. Do đó, chúng tôi đặt mục tiêu phát triển nhiều chương trình giáo dục khác nhau có thể giúp trẻ

em trở nên linh hoạt hơn và có khả năng thích nghi hơn với bối cảnh của mình. Một phần quan trọng của các chương trình này là phát triển nhận thức sâu sắc hơn về vai trò của tâm trí trong những trải nghiệm hàng ngày của chúng ta. Chúng tôi cũng đặt mục tiêu đưa các cải cách vào hệ thống giáo dục tu viện để giúp chúng phù hợp hơn với thế giới hiện đại này.

LÀM THẾ NÀO BẠN CÓ THỂ CỐNG HIẾN HỖ TRỢ CỦA BẠN?

Những điều trên sẽ không thể thực hiện được nếu không có sự ủng hộ và tham gia của bạn. Một tầm nhìn lớn như vậy đòi hỏi rất nhiều công đức và lòng hảo tâm từ nhiều nhà hảo tâm trong nhiều năm. Nếu bạn muốn hỗ trợ, vui lòng liên lạc với chúng tôi.

Dzokden
3436 Divisadero Street
San Francisco, California 94123
United States of America
www.dzokden.org

www.ingramcontent.com/pod-product-compliance
Lightning Source LLC
Chambersburg PA
CBHW081716120626
46550CB00010B/3148